D1679955

கிறிஸ்டோபர் ஆன்றணி

தமிழில் சிறுகதைகள், நாவல், கட்டுரைகள் எழுதியுள்ளார். மீனவர்களின் வாழ்வைத் தன் படைப்புகளில் தொடர்ந்து பதிவு செய்து வருகிறார்.

கிறிஸ்டோபர் ஆன்றணி 2010ம் வருடம் ஜெயமோகனின் 'சொல்புதிது' இலக்கிய குழுமத்தில் இணைந்து இலக்கிய எழுத்துப் பயிற்சி பெற்றார். அவரது முதல் சிறுகதை 'கடலாழம்' 2013ல் ஜெயமோகன் தளத்தில் வெளியானது. மீனவர்களான முக்குவர் என்னும் இனக்குழுவின் வரலாற்றாய்வில் ஈடுபட்டுள்ளார். முக்குவர் வரலாற்றை அடிப்படையாகக்கொண்டு 2015ல் 'துறைவன்' நாவல் எழுதினார். மீனவர்கள் சந்திக்கும் பிரச்சனைகளை தொடர்ச்சியாக எழுதிக்கொண்டிருக்கிறார்.

தற்போது கணினி மென்பொருள் துறையில் பணிபுரியும் இவர், அமெரிக்காவில் தனது மனைவி மற்றும் குழந்தைகளுடன் வசித்துவருகிறார்.

விருது

- *2016ல் துறைவன் நாவலுக்காக சுஜாதா விருது பெற்றார்.*

பிற நூல்கள்:

நாவல்

- *துறைவன்*

கட்டுரை

- *இனயம் துறைமுகம்*
- *ஒக்கி புயலும் நோக்கா செயலும் (இணை ஆசிரியர்)*
- *கடலுக்கு தவமிருக்கும் சிறைமீன்கள்*
- *மீன்வள மசோதா 2021*

மின்னஞ்சல்: chris.aantony@gmail.com

பனிக்கடல்

கிறிஸ்டோபர் ஆன்றணி

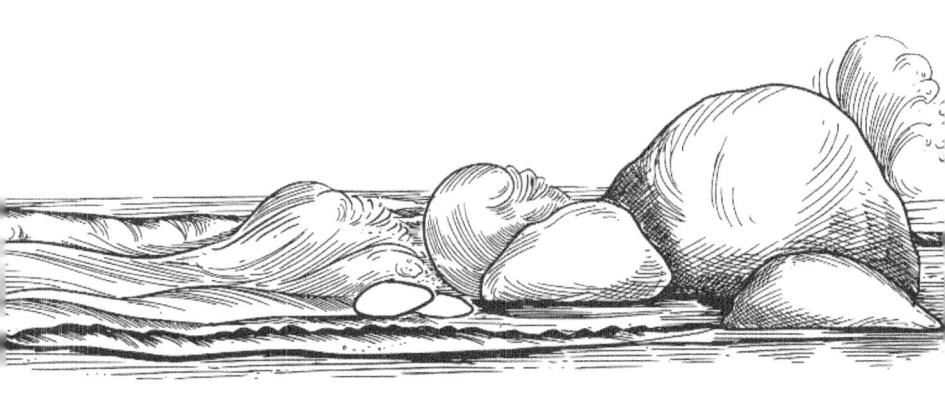

PEN BIRD™
PUBLICATIONS

+91 8220063246 | penbirdpublications@gmail.com | www.penbird.in

பனிக்கடல்
கிறிஸ்டோபர் ஆன்றணி ©

Panikkadal
Christopher Antony ©

முதல் பதிப்பு	- டிசம்பர் 2024	
PB #35	- சிறுகதைகள்	ISBN: 978-81-979546-1-0
வடிவமைப்பு	- நா.கௌசிகன்	Rs. 180

Printed by: Manipal Technologies Limited, India - 576104

இந்நூலின் எந்தவொரு பகுதியையும் ஆசிரியர் மற்றும் பதிப்பாளரின் எழுத்து பூர்வ அனுமதியின்றி அச்சு மற்றும் மின்னணு வழியே நகல் எடுப்பது, ஒலிப்பதிவு செய்து வெளியிடுவது, துண்டுப் பிரசுரமாக அச்சிட்டு வெளியிடுவது போன்ற செயல்கள் பதிப்புரிமைச் சட்டத்தின்படி தடை செய்யப்பட்டுள்ளது.

நீச்சல் தெரிந்தவன் எப்படி மூழ்கிச் சாகமுடியும்?

நீச்சலடித்துக் கிடக்கணும்...

அணிந்துரை

கடல் பற்றியும் கடல் சார்ந்து வாழ்கிறவர்கள் பற்றியும் நமக்கு மனோரஞ்சகமான மதிப்பீடுகளோ தாழ்வான அபிப்ராயங்களோதான் இருக்கின்றன. இரண்டு வகை மதிப்பீடுகளும் ஒன்று மற்றதின் சகோதரி என்ற அளவில்தான் இருக்கின்றன. இங்கு 'நாம்' என்று நாம் குறிப்பிடுகிறவர், 'கடல் சார்ந்து வாழ்கிறவர்' என்று நாம் குறிப்பிடுகிறவர் இருவரிடையே கிடக்கும் பாரதூரமான கடலைச் சுட்டிக் காண்பிக்கும் சில கதைகள் இந்தத் தொகுப்பில் இருக்கின்றன. சார்கள், லோண், பெர்னாலி கோட்பாடு, கண்டாலறியும்புள்ளி போன்ற கதைகள் இத்தகையவை. இந்தக் கதைகள் நிகழும் களங்களில் ஏறக்குறைய ஒரு கால் நூற்றாண்டு காலம் இந்த சார்களின் பக்கவாட்டில் நின்று நான் பணிபுரிந்திருக்கிறேன். இந்தக் கதைகளில் கண் வைத்தியர் ஒருவர் வருகிறார். நான், அவர் நடந்து சென்ற வழிகளில் சென்று கண் வைத்தியம் செய்திருக்கிறேன். ஆகவே, இந்தக் கதைகளைப் படிக்கும்போது எனக்கு ஏற்பட்ட உணர்வுகள் கலவையானவை. நான் இந்தக் கதைகளின் உள்ளும் எதிர்ப்புறமும் இருந்தேன். கால் நூற்றாண்டு காலமாக நான் இந்த மக்களிடையே புழங்கியிருந்தேன். நான்

இவர்களை எவ்வளவு அறிந்திருந்தேன் அல்லது அறியாமல் இருந்தேன்?

சமீபத்தில் குற்றாலம் சித்திர சபைக்குச் சென்றிருந்தோம். உடன் மேலும் சில எழுத்தாளர்கள். நாங்கள் அங்கிருந்த சித்திரங்களைப் பார்த்துக்கொண்டிருந்தோம். அங்கே பக்கவாதத்தால் பாதிக்கப்பட்ட ஒரு வழிகாட்டி இருந்தார். அவர் சற்று வலுக்கட்டாயமாகவே எங்களுக்கு வழி காண்பிக்க முனைந்தார். முதலில் நாங்கள் அவர் குறுக்கீட்டை எதிர்த்தோம். ஆனால், அவர் குறுக்கீடு மிக பயன் தருவதாக இருந்தது என்று இறுதியில் நாங்கள் எல்லோருமே ஒப்புக்கொண்டோம். உண்மையில் அவர் வரும்வரை நாங்கள் அங்கிருந்த சித்திரங்களைக் காணவே இல்லை என்று அவர் எங்களுக்கு உணர்த்திச் சென்றார். அவர், அந்த சித்திரங்கள் எந்த வரிசையில் பார்க்கப்பட வேண்டும் எந்த கோணத்தில் பார்க்கப்பட வேண்டும் என்பதை எங்களுக்கு விளக்கினார். அவ்வாறு பார்க்கும் போதே அது ஒரு முழுமையான அனுபவமாக மாறுகிறது, துண்டுச் சித்திரங்கள் ஒரு சித்திர சபையாக மாறுகிறது.

கிறிஸ்டோபரின் இந்தக் கதைகளைப் படிக்கும்போதும் இதேபோன்று ஒரு அனுபவம் எனக்கு ஏற்பட்டது. நான் இந்த மக்களை முழுமையாக எப்படிப் பார்ப்பது என்று அறிந்தேன். இலக்கியத்தின் முக்கியமான நோக்கமே அதுதான். பாட புத்தகங்கள், ஆவணங்கள் தராத ஒரு உயிருள்ள சித்திரத்தை அளிப்பது. மேலும், ஒரு இனக்குழுவின் வரலாற்றை எழுதும்போது அவை தட்டையான தரவுகளாக இல்லாமல், அவை ரத்தமும் சதையும் கொண்ட மனிதர்களைப் பற்றியவை என்ற போதத்தை இலக்கியம் மட்டுமே தர முடியும். அதே சமயம் அந்த தரவுகள் சரியாக இருக்கவேண்டும். இல்லாவிட்டால் தகழி சிவசங்கரன் பிள்ளை எழுதிய செம்மீன் போலத்தான் ஆகும் என்று தெரிகிறது. செம்மீன் கேரள மீனவர்களின் வரலாறாக ஒரு மனோரஞ்சகமான சித்திரத்தின் மீது நாவலாக எழுதப்பட்டு படமாகவும் ஆக்கப்பட்டு புகழ் பெற்றுவிட்டது. ஆனால், அது எவ்வளவு தகவல் பூர்வமாகவும் உணர்வு பூர்வமாகவும் தவறான ஒரு படைப்பு என்பதை அந்த சமூகத்தில் இருந்து ஒருவர் வந்து சொல்லும் வரை நமக்குத் தெரியவில்லை. இதற்கு மாற்று, அந்த சமூகத்தில் இருந்தே ஒருவர் அந்த வாழ்வை சொல்வதுதான். அதே சமயம் அது அந்த சமூகத்தில் இருப்பவர்கள் தங்களுக்கு இடையே உரையாடுவதுபோல் மட்டும் இருந்தால் போதாது. இதே குமரி மேற்குக் கடற்கரையிலிருந்து எழுந்த சில படைப்புகள் இந்தக் குறையைக் கொண்டிருக்கின்றன. அவற்றில் இலக்கிய ஒருமை

இல்லை என்று ஒரு புகழ்பெற்ற பதிப்பாளர் சொன்னார். கிறிஸ்டோபரின் பனிக்கடல் பெரும்பாலும் இந்த இரண்டு போதாமைகளையும் நிரப்பி இருக்கிறது.

இந்தத் தொகுப்பில் எனக்கு மிகவும் பிடித்த கதைகளாக தீயெறும்புகள், பலியாடு மற்றும் பனிக்கடல் ஆகிய மூன்றையும் சொல்வேன். பெர்னாலி கோட்பாடு இரண்டு மூன்று கதைகளின் தொகுப்பு. அந்தக் கதையில் வருகின்ற அதே தேங்காய்பட்டணம் கடற்கரையில் கடல் அரிப்புக்காக போடப்பட்டிருக்கின்ற கல் உருளைகள் மீது நானும் தடுக்கி விழுந்திருக்கிறேன். இந்தக் கதைக்குள் கடல் காற்று குடிசையோடு விளையாடும் இடம் சமீபத்தில் நான் படித்த மிகக் கூர்மையான வர்ணனைகளில் ஒன்று. அந்த வர்ணனை அதே கதைக்குள் வரும் வாத பிரதிவாதங்களைவிட அந்த மீனவ குடும்பத்தின் மீனவர்களின் நிராதரவான நிலையை மனம் நையும் அளவுக்குத் தெளிவாக எடுத்துக்காட்டிவிடுகிறது. அதேபோன்ற ஒரு கதைதான் தீ எறும்புகள். மிகக் கச்சிதமாக ஒரு ஏழ்மையான சூழ்நிலைக்குள் இன்னும் ஏழையாக இருக்கும் ஒரு வறிய குடும்பத்தின் கதை. ஏழ்மையின் காரணமாக அது என்னவென்று முழுவதுமாக புரிந்துகொள்ள முடியாமலேயே அதன் சுமைகளை நுகம் ஏற்று பாடு கழிக்கவேண்டிய குழந்தைகளின் துயரக் கதை. அந்தக் கதை எந்த ஒரு சூழலிலும் நடக்கக்கூடும்தான். கடற்கரையில் அது இன்னும் கூடுதல் துயரோடு அலையடித்து ஒதுங்குகிறது. மொத்தத்தில் பலவீனர்களுக்குள் பலவீனர்கள் மீது அவர்கள் எலும்புகள் முறிய நாம் நடக்கும் சத்தம் இந்தக் கதைகளில் தொடர்ந்து கேட்டுக்கொண்டிருக்கின்றன. மீனவ நண்பன் போன்ற லகுவான கதைகளில்கூட அந்தச் சத்தம் லேசாக கேட்கத்தான் செய்கிறது.

கவிஞர் போகன் சங்கர்

என்னுரை

கடலிலும் கரையிலும் மீனவர்கள் சந்திக்கும் பிரச்சனைகள் வெளியுலகிற்கு அதிகமும் தெரிவதில்லை. கல்விக்காகவும் கடல்சார்ந்தும் மீனவர்கள் வங்கிக்கடன் பெறுவது குதிரைக்கொம்பாக இருக்கிறது. அரசு அதிகாரிகளின் உதாசீனங்கள் சொல்லிமாளாதது. பொதுவாக மீனவர்களை அரசு நிர்வாகம் வன்முறையாளர்களாகவே பார்க்கிறது. ஆனால், மீனவர்களின் நியாயங்களை செவிமடுக்க எவருக்கும் நேரமில்லை அல்லது யாரும் விரும்பவில்லை. கடற்கரைகள் சூறையாடப்படுகிறது. கடல் குறித்த அடிப்படை அறிவு இல்லாதவர்களால் ஆய்வுகள் எதுவும் செய்யாமல் கடற்கரை கட்டுமானங்கள் வடிவமைக்கப்பட்டு கடற்கரை சின்னாபின்னமாகக் கிடக்கிறது.

மீனவர்கள் சந்திக்கும் ஒருசில பிரச்சனைகளை கதைவடிவில் தொகுத்து பனிக்கடல் என்னும் இந்த நூலில் சொல்லியிருக்கிறேன். 'பெர்னாலி கோட்பாடு' கதையில் அறிவியல் ரீதியாக அலசியிருக்கிறேன். ஒருசில கதைகளில் நானும் சிறு கதாபாத்திரமாக இருக்கிறேன் என்பதனால் பனிக்கடல் புத்தகம் எனக்கு மிகவும் உணர்வுபூர்வமானது.

இன்று வரலாறென்பது ஒற்றைப்படையானதாக, வரலாறென்பதே என்னவென்று அறியாதவர்களால், சுயதாழ்வுணர்ச்சியை பிறர்மீது ஏற்றிவைப்பதற்காக வரலாறுகள் படைக்கப்படுகிறது. வரலாற்றுத் தகவல்கள் எதுவும் சரிபார்க்கப்படாமல், சுயஜாதி வரலாறுகளாக மடைமாற்றப்படுகிறது. கடற்கரை நகரங்களின் பெயர்கள் உள்நாட்டில் இடம்பெயர்ந்து சென்றுவிட்டது. இருபதாம் நூற்றாண்டின் துவக்கம் முதல் தமிழக இனக்குழுக்கள் அகழ்வாய்வுகள், கல்வெட்டுகள், சங்கஇலக்கியம் என்று அனைத்துவித வரலாற்றுத் தகவல்களையும் கையகப்படுத்தும் முயற்சிகளை மேற்கொண்டு வெற்றிக்கொடிகளை நாட்டிவிட்டது. முக்குவர் இனக்குழுவிற்கு இப்போது வரலாற்றில் இடமில்லை. முக்குவர்களின் வரலாறை தேடியெடுப்பதும் இயலாத காரியமாகிவிட்டது.

அம்முக்வா என்னும் கதையில் மீனவர்களின் வரலாறை, பிரபஞ்ச உருவாக்கம் முதற்கொண்டு, மேலோட்டமாக என்னுடய கண்ணோட்டத்தில் சொல்ல முற்பட்டிருக்கிறேன்.

இலக்கியத்தில் சமகால அரசியலை பேசக்கூடாது என்பார்கள். ஆனால், மீனவர்களின் வாழ்க்கையையும் பிரச்சனைகளையும் அரசியல் தவிர்த்து இன்று யோசித்துப் பார்க்க முடியாது. கடலில், கடற்கரையில் ஏற்படும் விபத்துக்களில் அரசியல் இருக்கிறது. தாமிரபரணி ஆறு அரபிக்கடலில் கலக்கும் அழிமுகத்தில் துறைமுகம் கட்டப்பட வேண்டுமென்பது பல தலைமுறைகளின் கனவு. ஆனால், துறைமுகம் கட்டி முடிக்கப்பட்டபோது, அது ஒரு உயிர்வாங்கும் யட்சியென்று யாரும் அறிந்திருக்கவில்லை. பொழிமுகத்தில் உருவாகும் மணல்திட்டுகளினால், திடீரென்று உருவாகும் அலைகள் படகுகளை மறித்து உயிர்களை காவு வாங்கிக்கொண்டிருக்கிறது. இதை அரசியல் தவிர்த்து பேசுவது இயலாத காரியம்.

எழுத்தாளர் ஜெயமோகன் அவர்களின் சொல்புதிது குழுமத்தில் இணைந்தது முதற்கொண்டு, கடந்த பதினைந்து ஆண்டுகளாக நண்பர், கவிஞர் போகன் சங்கர் அவர்களின் எழுத்துகளை தொடர்ந்து படித்து வருகிறேன். பனிக்கடல் புத்தகத்திற்கு அணிந்துரை எழுதுவதற்குக் கேட்டபோது, மறுக்காமல் அவருடைய வேலைப் பழுவையும் பொருட்படுத்தாமல், மிகக்குறுகிய காலத்தில் எழுதித் தந்தமைக்கு மிக்க நன்றி.

‘துறைவன்’ நாவலை மறுபதிப்பு செய்து உதவிய ‘பென் பேர்டு’ பதிப்பகம், பனிக்கடல் புத்தகத்தையும் வெளியிடுவதில் மிக்க

மகிழ்ச்சி. பென் பேர்டு நிறுவனத்தாருக்கு எனது ஆத்மார்த்தமான நன்றி.

என்னை தொடர்ந்து எழுத ஊக்கப்படுத்தும் நண்பர் பாலசுப்ரமணியம் முத்துசாமி, 'இன்றைய காந்திகள்' நூலின் ஆசிரியர், அவர்களுக்கு என்னுடைய நன்றி.

என்னுடைய மனைவி மற்றும் குழந்தைகளுக்கு என்னுடைய அன்பு...

கிறிஸ்டோபர் ஆன்றணி
டென்னஸ்ஸி, வட அமெரிக்கா

பொருளடக்கம்

1. அம்முக்வா — 17
2. சார்கள் — 31
3. கண்டாலறியும்புள்ளி — 36
4. லோண் — 53
5. தீயெறும்புகள் — 62
6. பெர்னாலி கோட்பாடு — 67
7. மீனவநண்பன் — 85
8. விழிகளின் தேவதை — 95
9. பலியாடு — 104
10. பனிக்கடல் — 111
11. கிரிக்கெட் — 124
12. திலேப்பியா — 131

1

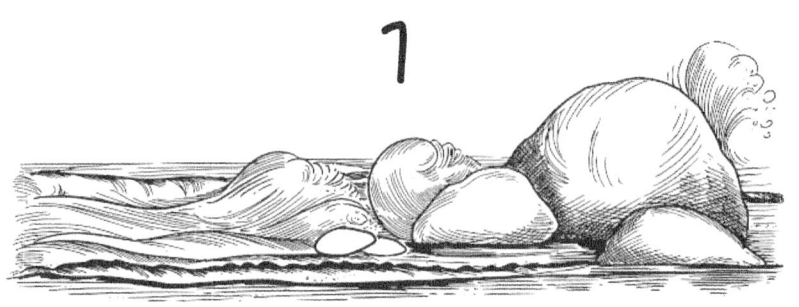

அம்முக்வா

ஐநூறு கோடி ஆண்டுகளுக்கு முன்னர் ஏற்பட்ட அண்ட பெருவெடிப்பின்போது, சூரியனும் பூமியும் பிறகோள்களும் உருவானது.

பல லட்சம் ஆண்டுகள் பூமி தீப்பிழம்பாக எரிந்து சுழன்றுகொண்டிருந்தது. புவியீர்ப்புக் காரணமாக, கடினமானப் பொருட்கள் பூமியின் உட்பகுதியிலும், லேசானப் பொருட்கள் வெளிப்பகுதியிலுமாகப் பல அடுக்குகள் உருவானது. பூமியின் மேற்பரப்பில் உப்புகள் படிந்தது. பூமி மலைமேடாகவும், பள்ளத்தாக்குகளாகவும் சமநிலையற்றுக் கிடந்தது.

அதன்பிறகு, பூமி மெதுவாக குளிரத் துவங்கியபோது, வளிமண்டலம் உருவானது. எரிமலை வெடிப்புகள், பூமியின் மேலடுக்கில் இருந்து நீராவியை வெளிக்கொண்டுவந்தது. அந்த நீராவி குளிர்ந்து நீராக மாறி பூமியில் மழையாகப் பொழிந்தது. பள்ளத்தாக்குகள் நிரம்பி, கடலாகப் பேருருகொண்டது. பூமியின் மேற்பரப்பில் படிந்த உப்புகளின் காரணமாக கடல் உப்புச்சுவைகொண்டது.

பூமி மூன்றில் இரண்டு பங்கு தண்ணீரால் மூடப்பட்டது. அந்த நீரின் பெரும்பகுதி கடலில் உள்ளது. கடலே காற்று, வானிலை, வெப்பநிலை ஆகியவற்றைத் தீர்மானிக்கிறது. பூமியின் உட்புறம் அடுக்குகளாகப் பிரிக்கப்பட்டதைப் போல, கடல் பல்வேறு அடுக்குகளாகப் பிரிக்கப்பட்டுள்ளது. இது 'நீர்நிரல்' என்று அழைக்கப்படுகிறது.

மேற்பரப்பு நீரின் அடர்த்தியும் உப்புத்தன்மையும் குறைவாக இருக்கும். கடல் வெப்பநிலை நீரின் அடர்த்தியையும் பாதிக்கிறது. வெதுவெதுப்பான நீர் அடர்த்திக் குறைவாகவும், குளிர்ந்த நீர் அதிக அடர்த்தியாகவும் இருக்கும்.

கடல்கள் சூரியனில் இருந்து வெப்ப ஆற்றலை உறிஞ்சுகின்றன. கடல் நீரோட்டங்கள் சூடான நீரை குளிர்ந்த பகுதிக்கும், குளிர்ந்த நீரைச் சூடானப் பகுதிக்கும் நகர்த்துகிறது. இருநூறு கோடி ஆண்டுகளுக்கு முன்னர் ஒளிச்சேர்க்கை என்னும் பெரிய ஆக்ஸிஜனேற்ற நிகழ்வு ஏற்பட்டு, பிராணவாயு உருவாகி, கடலில் முதல் ஒற்றைச் செல் நுண்ணுயிரி உருவானது.

பரிணாம வளர்ச்சிக் காரணமாக பலவகை நுண்ணியிரிகள் பல்கிப்பெருகியது. பூமியின் முதல் விலங்குகள் மென்மையான உடலைக் கொண்டிருந்தன. உலகில் தோன்றிய முதல் முழுமையான உயிரினம் மெல்லுடலியான 'சீப்பு சொறிமீன்'. அதன்பிறகு தாவரங்களும் கடற்பாசிகளும் உருவானது. ஆரம்பகால கடற்பாசிகள் பாக்டீரியாவைச் சாப்பிடுவதன் மூலம் பிராணவாயுவை அதிகரிக்க உதவியது. கடலின் தட்பவெட்ப மாற்றமும், பிராணவாயுவின் அளவும், கடலில் நுண்ணிய உயிர்கள், தாவரங்கள், ஜெல்லிமீன்கள் போன்ற முதுகெலும்பில்லாத விதவிதமான உயிரினங்கள் மிக வேகமாக உருவாகக் காரணமாக அமைந்தது.

கடல், உயிர்களின் முதல் தாயகம்.

சுமார் ஐம்பது கோடி வருடங்களுக்கு முன்னர் ஓட்டுடலிகளும், முதுகெலும்புள்ள மீன்வகைகளும் உருவானது. கடல் பலமுறை அழிந்து மீண்டும் உருவானது. கடல் நீர்மட்டம் குறைந்தபோது, மீன்கள் கடலின் ஆழமற்ற பகுதியில் ஒதுங்கி, நிலத்தில் வாழ்வதற்கு ஏதுவாக அவற்றின் உடற்கூறுகளில் மாற்றங்கள் உருவானது. மீன்களின் இறக்கைகளும், துடுப்புகளும் கைகால்களாக மாறியது. நீரில் சுவாசிக்கும் செவிள்கள், காற்றைச் சுவாசிக்கும் நுரையீரலாகியது. நிலத்திலும் நீரிலும் வாழ்வதற்கு மீன்கள் தங்களை தகவமைத்துக்கொண்டன.

எரிமலைகள் குளிரத் துவங்கியபோது, மலைவெள்ளம் ஆறாக ஓடிக் கடலில் கலந்தது. அப்போது நிலப்பரப்பு ஒற்றைத்துண்டமாக பரந்து கிடந்தது. நிலம் பான்ஜியா என்றும், கடல் பந்தலஸ்தா என்றும் அழைக்கப்பட்டது. பூமியின் நீர்ச் சுழற்சிக்கான தொடக்கப் புள்ளியை கடல் வழங்குகிறது. வளிமண்டலத்தில் ஆவியாகும் பெரும்பாலான நீர் கடலில் இருந்து வருகிறது. இந்த நீர், மழை வடிவில் நிலத்தில் விழுந்து நீரோடைகள் மற்றும் குளங்களை உருவாக்குகிறது.

மலைகளிலிருந்து ஆறுகள் உருவாகி கடலில் கலந்தது. கடல் மீன்கள் ஆறுகளில் இடம்பெயர்ந்து சென்றது. கழிமுகத்தில் வசித்த ஒருவகை மீனிற்கு நான்கு அறைகள் கொண்ட இதயம் உருவானது. அதன்பிறகு மீன்கள் நிலப்பரப்பிற்கு இடம்பெயரத் துவங்கியது. நிலத்தில் அனைத்து வகை உயிரினங்களும், தங்களின் நில அமைப்பைப் பொறுத்து பல்கிப்பெருகியது. இருபது லட்சம் வருடங்களுக்கு முன்னர் மனித இனம் ஆப்பிரிக்க நிலப்பரப்பில் உருவானது.

மீனிலிருந்து உருவானவன் மனிதன்.

சூரிய ஒளி சுமார் இருநூறு மீட்டர் ஆழத்திற்கு தண்ணீரில் ஊடுருவுகிறது. ஒளிச்சேர்க்கை செய்யும் உயிரினங்கள் சூரிய ஒளியை சார்ந்து இருப்பதால், அவை இருநூறு மீட்டர் ஆழம் வரையிலான தண்ணீரில் மட்டுமே வாழமுடியும். இத்தகைய ஒளிச்சேர்க்கை உயிரினங்கள் கடல் உணவு வலைப்பின்னலின் மற்ற பகுதிகளுக்கு உணவையும் ஊட்டச்சத்துக்களையும் வழங்குகின்றன. இருநூறு மீட்டருக்கும் அதிகமான ஆழத்தில் வாழும் மீன்கள் ஒளிமண்டலத்திலிருந்து கீழே விழுவதை உண்கின்றன. ஒளிச்சேர்க்கைக்குப் போதுமான வெளிச்சம் இல்லாத ஒளியற்ற பகுதி ஆழ்கடல் மண்டலம் என்றழைக்கப்படுகிறது.

பூமியின் உள்ளடுக்குகள் நகர்ந்து நிலப்பரப்புகள் தனித்தனிக் கண்டங்களாகியது. பெருவெள்ள ஊழிக்காலங்களில் படகுகள் செய்து தப்பித்துப் புதுப்புது நிலப்பரப்புகளுக்கு மக்கள் இடம்பெயர்ந்து சென்றார்கள். இடப்பெயர்வுகள் அனைத்தும் ஆறுகள் மற்றும் கடலோரங்களிலேயே நடந்தது. ஆறுகள் கடலில் கலக்கும் இடங்களில் துறைமுகப்பட்டினங்கள் உருவானது. அங்கிருந்தே நாகரிகங்கள் உருவானது.

சுமார் பத்தாயிரம் வருடங்களுக்கு முன்னர் நாங்கள் யூப்ரடிஸ் மற்றும் டைகிரிஸ் நதிகள் கடலில் கலக்கும் கழிமுகத்தில்,

மெசபடோமியாவின் ஊர் என்னும் இடத்தில் இருந்தோம். நாங்கள் நாணலிலும் தேவதாரு மரத்திலும் படகுகள் செய்து கடலில் மீன்பிடிப்பிலும் வணிகத்திலும் ஈடுபட்டிருந்தோம்.

சூரியஒளி இல்லாததால், ஆழ்கடல் குளிர்ந்து இருளடைந்து கிடந்தது. கடலின் ஆழங்களும், மலைகளின் வேர்களின் ஆழங்களும் 'அம்முக்குவா' என்று அழைக்கப்படுகிறது. ஆதிமனிதன் மீன்களையே வேட்டையாடினான். ஆறுகளும் கடல்களும் அவனது வேட்டைக் களங்களாக இருந்தது. மீனை வேட்டையாடிய மனிதன் 'முக்வா' என்று அழைக்கப்பட்டான். முக்வா என்றால் மீனவன் என்று பொருள். கடலின், பேராறுகளின் ஆழங்களை அறிந்திருந்த நாங்கள் கடல் ஆழத்தையே கடவுளாக வழிபட்டோம். எங்கள் கடல் தெய்வத்தின் பெயர் ஆய். மீன்தேவதை என்றும் சொல்வதுண்டு. நினிவே பட்டினத்தில் அவளுக்கு மிகப்பெரிய கோயில் ஒன்றை எழுப்பி வழிபட்டோம். எங்கள் குல மூப்பனை அம்முக்வா என்றழைத்தோம். அம்முக்வா என்றால் ஆழம் என்று பொருள்.

நாங்கள் காற்றை மையமாக வைத்து திசைகளை நிர்ணயித்தோம். இரட்டை நதிகள் உருவாகும் திசையிலிருந்து காற்று எப்போதும் வீசிக்கொண்டிருந்தது. அதுவே எங்களுக்கு வடதிசை. இரட்டை நதிகள் கிடைமட்டமாக இருக்கிறது என்பதே எங்கள் புரிதல். பல கோடி ஆண்டுகளுக்கு முன்னர், கண்டங்கள் ஒன்றாக இருந்தபோது அவ்வாறு இருந்திருக்கலாம். நிஜத்தில் நாங்கள் வடக்கு என்று சொல்வது, வடமேற்கு. வடக்கில் மலை இருப்பதால், அதை 'மலைக்காற்று' என்றழைத்தோம். இதை, நேர்க்காற்று என்றும் சொல்வதுண்டு. தெற்கிலிருந்து வடக்கு நோக்கி வீசிய காற்றுக்கு 'மேகக்காற்று' என்று பெயர். தெற்கு என்பது தென்கிழக்கு. எளிமையாகச் சொன்னால், அரபிக்கடல் இருக்குமிடம் தெற்கு. நாங்கள் எட்டுத் திசைகளைப் பயன்படுத்தினோம்.

எங்கள் படகுகளை வடக்கு எல்லையிலிருந்து பாய்விரித்தால், மிக எளிதாக, தெற்கிலிருக்கும் பெருங்கடலில் வந்துவிடுவோம். இந்தக் காற்றைப் பயன்படுத்தி நாங்கள் ஊர்ப் பகுதிக்கு வெளியிலிருந்த நிலப்பரப்புகளைக் கண்டடைந்தோம்.

நாங்கள் கடலாழத்தைப்போல் சூரியனையும் வணங்கினோம். நாங்கள் புது இடங்களுக்கு எங்கள் கப்பல்களின் பாயை விரிப்பது சூரியன் உதிக்கும் திசைநோக்கியே இருந்தது. கடல் ஆழத்தைப்போல், சூரியன் உதிக்கும் இடத்தையும் அறிவதே எங்கள் இலக்காக இருந்தது. எங்கள் அதிகாலை விடியலின்,

ஒளியின் தேவதையின் பெயர் ஆய். எங்களின் எட்டுத் திசைகளைக் குறிக்கும், எட்டு முனை நட்சத்திரச் சின்னத்தை விடியல் தேவதையின் அடையாளமாகக் கொண்டோம்.

மெசபடோமியா நாகரிகத்தில் சிறந்து விளங்கியது. அதன்பிறகு நாங்கள் மக்கான் என்னும் நகரை உருவாக்கினோம். ஆழிப் பேரிடர்கள் மெசபடோமியாவையும் மக்கான் நகரையும் ஒட்டு மொத்தமாக அழித்தது. எங்களின் ஆழ்கடல் கடவுள் எங்களைக் கைவிட்டதாக நினைத்துக்கொண்டோம். எங்கள் இனங்கள் கடற்கரைதோறும் சிறு வள்ளங்களில், எறும்புகள்போல் ஊர்ந்து புது இடங்களுக்கு நகர்ந்து சென்றுகொண்டிருந்தது.

சுமார் ஐந்தாயிரம் வருடங்களுக்கு முன்னர், நாங்கள் வெளிக்கடலில் எங்கள் ஆய் தெய்வமான சூரியனை நோக்கிப் பாய்விரிதோம். மலைக்காற்று எங்களை இந்தியாவின் சிந்து முதல் தெற்கிலிருந்த தொலவீராப்பட்டினம் வரை கொண்டுசென்றது. நாங்கள் பயணிக்கும் மாதத்தைப் பொறுத்து, நாங்கள் கரையணையும் இடங்களும் மாறுபட்டது. பல லட்சம் கடற்பயணங்கள் செய்தபிறகு, சூரியன் உதிக்கும் திசை ஒவ்வொரு மாதமும் மாறுவதே, இந்த இடமாறுபாட்டிற்கானக் காரணம் என்பதைப் புரிந்துகொண்டோம். ஆழ்கடல் பயணத்தின்போது, இடைப்பட்ட பல தீவுகளில் மக்கள் குடியேறினார்கள். அவர்கள் குடியேறும் அனைத்து இடங்களிலும் எங்களின் பெயர்கள் முக்வா என்றே அழைக்கப்பட்டது.

இந்திய நிலப்பரப்பில் குடியேற்றத்திற்காக வந்தணைந்தபோது, எங்களின் மூதுரான ஊர்ப் பகுதியைப்போன்ற இரட்டை பொழிமுகத்தைக் கண்டடைந்தோம். அதை நாங்கள் எங்கள் காவல்தெய்வத்தின் பெயரில் 'ஆய்கோடு' என்று பெயரிட்டு, கோயில் ஒன்றை நிர்மாணித்தோம். ஆய்கோட்டையை மையமாகக்கொண்டு, பலகாலம் நாங்கள் வணிகம் செய்து கொண்டிருந்தோம். சிற்றரசுகள் உருவானபோது, எங்கள் இனம் ஆய்கோட்டையைத் தலைமை இடமாகக்கொண்டு கடற்கரையை ஆளத்துவங்கினோம். ஆய்கோட்டையை கடல்கொண்டபோது, தெற்கில் புலம்பெயரத் துவங்கினோம். ஆய்கோடு காலப்போக்கில் முக்வா மக்களின் பெயரில் முகிரிக்கோடு என்று அழைக்கப்பட்டு, பின்னர் அது முசிரிக்கோடு என்றானது. படகுநாடு, அரையன்நாடு, உப்புநாடு என்று பல நாடுகள் உருவானது. கடற்கரை நகரங்கள் அனைத்தும் முக்வா மக்களின் பெயரிலேயே அழைக்கப்பட்டது. ஆய்கோட்டைக்கு இணையாக விழிஞ்சத்தை மையமாகக்கொண்டு

எங்களுக்கானப் புது அரசை உருவாக்கினோம். நாங்கள் நிலைகொண்டிருக்கும் பகுதியின் கடல் எங்களின் கட்டுப்பாடில் இருந்தது. நாங்கள் குறுங்குழுக்களாக, குறுநில மன்னர்களாக கடற்கரைகளை ஆளத்துவங்கினோம். கடலை ஆள்பவன் கடலன் என்றும், ஆர்ப்பரிக்கும் கடல் அலையை எதிர்ப்பவன் திரையன் என்றும், கடற்கரையை ஆள்பவன் துறைவன் என்றும் அறியப்பட்டார்கள்.

ஐஐ

எங்களின் ஒவ்வொரு குழுவும் அம்முக்குவன் தலைமையில் இடம்பெயர்ந்து சென்றது. நாங்கள் அப்போது லோத்தல் மற்றும் தொலவீரா துறைமுகங்களில் நீண்டகாலம் வசித்திருந்தோம். அந்தத் துறைமுகங்கள் மண்ணேறி அழியத் துவங்கியபோது, பன்னிரு படகுகளில் பதினெட்டுப்பேர் வீதம், தெற்குநோக்கிப் பயணம் செய்தோம்.

படகில் பாய்விரிந்திருக்க, தொடர்ந்து ஆறுபேர் தண்டுவலித்துக் கொண்டிருந்தார்கள். கடல் யுத்தங்களின் போது, படகுகளில் ஆறுபேர் தண்டுவலிக்க, பன்னிரு படைவீரர்கள் என மொத்தம் பதினெட்டுப் பேர் பயணம் செய்வோம். இடம்பெயர் பயணங்களின்போதும் அதையே கடைப்பிடித்தோம். வள்ளத்தின் மையப்பகுதியில் கூடாரம் அமைத்திருந்தோம். இடம்பெயர்தலும் எங்களுக்கு யுத்த முன்நகர்வுதான்.

யுத்தங்களில் நான்குபேர், ஐந்துபேர், எட்டுபேர், பதினெட்டுபேர், நாற்பதுபேர் தண்டுவலித்துச் செல்லும் வள்ளங்கள் பயன்படுத்துவதுண்டு. எங்கள் வள்ளங்கள் நீள் பலகைகளைத் துணிபோல் நெய்து இணைத்து உருவாக்கப்பட்டது. சிறுவள்ளங்களை ஒற்றைத்தடியில் உருவாக்குவதுமுண்டு. பலகைகளுக்கு இடையில் சணல்துணியை உள்வைத்து இரண்டு பலகைகளையும் சணல் கயிற்றால் நெய்தோம். ஆனால், இது நீள் பயணங்களுக்குப் பெலக்கவில்லை. அதன்பிறகு, பதப்படுத்தப்பட்ட பசுத்தோலைப் பயன்படுத்தினோம். நாங்கள் இருக்கும் இடங்களைப் பொறுத்து அல்லது அரசுகளைப் பொறுத்து பசுத்தோல் கிடைப்பது கடினமாக இருந்தது. கடைசியில் தேங்காயை உரித்து அதன் வெளிப்பகுதியை உட்பொதியாக வைத்து தென்னங்கயிற்றால் பலகைகளைப் பிணைத்தெடுத்தோம். தேங்காய்நார் பலமாக இருந்தது. வள்ளம் நீண்டநேரம் கடலில் கிடந்தால் தண்ணீர் வள்ளத்தினுள் மெல்லமெல்ல ஊறி ஏறும். அதை வெளியில் கோரியிறைப்பது எளிமையானது.

இரண்டு காரணங்களுக்காக எங்களுடைய இடப்பெயர்வு நடந்தது. முதலாவது, துறைமுகங்களில் படகோட்டிகளாக நகர்ந்து சென்றோம். நாங்கள் செல்லும் துறைமுகங்களுக்கு வெகு அருகிலேயே, எங்களுக்கானக் குடியிருப்புகள் அமைக்கப்பட்டது. முக்வா குடிகள் பொருளியலிலும் சமூகநிலையிலும் அனைத்துச் சமூகங்களைவிடவும் மேம்பட்டிருந்தது. இரண்டாவது, கடல் சார்ந்த யுத்த முன்நகர்வுகள். துறைமுகங்களை மையமாகக்கொண்டே அனைத்து யுத்தங்களும் நடைபெற்றது. படகோட்டிகளான எங்களின் வலிமையைக் கொண்டே யுத்தங்களின் வெற்றித் தோல்விகள் தீர்மானிக்கப்பட்டன. யுத்தங்களில், முதல் குருதி மீனவர்களிடமிருந்து கடலிலும் தரையிலும் வீழ்ந்தது.

எங்கள் குழு யுத்தத்தில் வெற்றி பெறும்போது, நாங்கள் பிடிக்கும் நாட்டின் ஒருபகுதி எங்களுக்கானது. எங்கள் போர்க்குழுவின் தளபதிக்கு அரசர் என்னும் பட்டம் கொடுத்து அந்தப் பகுதியை ஆளும் உரிமை எங்களுக்குத் தரப்பட்டது.

மலபாரின் துறைமுகங்களைத் தாண்டும்போது, எங்கள் குலங்கள் அங்கே படகோட்டிகளாக நிலைகொண்டிருந்ததைக் கண்டோம். முசிறியில் நட்சத்திரக்கொடி ஏற்றிய பெருந்தோணிகளில் இருந்து படகோட்டிகள் பயணிகளை கரைக்குக் கொண்டுசென்று இறக்கிக்கொண்டிருந்தார்கள். அம்முக்குவன் எங்களைத் தொடர்ந்து பயணிக்கச் சொன்னார். விழிஞ்சம் துறைமுகத்துக்குத் தெற்கில் இரண்டு பொழிமுகங்களைக் கண்டோம். அந்தப் பொழிமுகங்களுக்கு இடையில் வந்தபோது அம்முக்குவன் கரைநோக்கிக் கைநீட்டினார். சூரியன் வழிகாட்டியதால், அந்த நிலப்பரப்பிற்கு ஆதித்தன்துறை என்று பெயர்.

என்னுடைய நான்கு வயது மகன் என்னுடைய தோள்மீதேறி நின்றிருந்தான். வள்ளத்தின் வேகத்தில் அவனது அரைஞாண்கொடி காற்றில் பறந்தது. அப்போது மாலை நேரம். கடல் பொன்னிறம் கொண்டிருந்தது. நாங்கள் கரையணைந்த பகுதி முழுவதும், அடப்பங்கொடியில் ஊதா நிறப் பூக்கள் மலர்ந்து கிடந்து. தென்னைமரங்கள் அடர்ந்து கிடந்தது. கடற்கரையில் மக்கள் நடமாட்டம் இருப்பதற்கான அறிகுறிகள் எதுவும் தென்படவில்லை.

அம்முக்குவன், முதல் படகின்முன் நீண்ட வெள்ளைத் தலைப்பாகையுடன் நின்றிருந்தார். வெண்புள் பறப்பதுபோல், அம்முக்குவனின் தலைப்பகையும் வெண்தாடியும் பின்னால் பறக்க, வள்ளம் கரைநோக்கிச் சீறிப்பாய்ந்து சென்று கரையணைந்தது.

அம்முக்குவன் கடலில் இறங்கி தலை நனைத்து, மூதாதையருக்கான வழிபாட்டைச் செய்தார். நாங்கள் எங்கள் வள்ளங்களைக் கரையில் ஏற்றி வைத்துவிட்டுக் கடற்கரையில் உட்கார்ந்திருந்தோம். அம்முக்குவன் இடுப்புவரைத் தண்ணீரில் நின்றுகொண்டு, எங்களை ஒவ்வொருவராக அழைத்து தலையில் கைவைத்து தண்ணீரில் மூச்சுமுட்ட அமிழ்த்தினார். நாங்கள் குடியேறும் புது இடங்களிலெங்கும் எங்களின் முதல் குளியல் கடலில் நடந்தது. ஒரு குழந்தை முதன்முதலில் தன் தாயின் சுவையை அறிவதுபோல், அந்தக் கடலின் உப்புச்சுவையை அப்போது நாங்கள் அறிந்தோம்.

எங்கள் கடலில் பவளங்கள் அதிகமாகக் கிடைத்தது. எரியும் திரி போல் சிவந்த கடல் என்னும் பொருளில் எரித்திரியன் என்று எங்கள் கடல் அழைக்கப்பட்டது. பவளங்களுக்கு ஆபத்துக்களைத் தடுக்கும் வல்லமையுண்டு என்று ஜோதிடர்கள் நம்பினார்கள். எங்கள் அரசர்களின் வாள்களையும் கேடயங்களையும் பவளங்கள் அலங்கரித்தது. எங்கள் பெண்கள் பவளங்களில் செய்த வளையல்களை அணிந்தார்கள். ரோமானியப் பெண்கள் இந்திய முத்துக்களைவிட பவளங்களையே விரும்பி அணிந்தனர். கடல் முத்துக்களைவிட பவளம் விலை உயர்ந்தது. பவளங்களை நாங்கள் ஆழ்கடலில் மூழ்கி எடுத்தோம். பவளங்கள் கிடைக்கும் பாறைகளுக்கு, பார் என்று பெயர். எரிதிரிக்கடலுக்கு மறு எல்லையை கடல்கொண்டதனாலும், அது எங்களுக்குத் தெற்கில் இருப்பதாலும், எங்களின் இறந்த மூதாதையருக்கான தென்புலத்தார் சடங்கை செய்யத் துவங்கினோம்.

கிழக்குப் பொழிமுக ஆற்றில் அனைவரும் குளிக்கச்சென்றோம். ஆறு, கடலில் கலக்காமல் சிறு மண்தடுப்பிற்கு அப்பால் நின்றது. சூரியன் கடலில் அணையும் நேரம். காயல் முழுவதும் பூக்கள் பரவியிருந்தது. சூரியஒளி அவற்றை தங்கப் பூக்களாக நிறம் மாற்றியிருந்தது. வெண்குருகுக் கூட்டம் ஆற்றங்கரையில் இரையெடுத்துக் கொண்டிருந்தன. ஆற்றை ஒட்டிய குளக்கரையில் நீலாம்பல் பூத்து நின்றது.

ஆற்றில் நீந்திக் குளித்துவிட்டு பூசைக்குத் தேவையான பூக்களைப் பறித்துக்கொண்டு, அனைவரும் கடற்கரை வழியாகத் திரும்பி வந்தோம். நாங்கள் இருந்த பகுதியின் கிழக்கு மேற்கில் ஓடிய ஆறுகளை பூவாறு என்று பெயரிட்டு அழைத்தோம்.

அம்முக்குவன் அடப்பங்கொடிகளைத் தாண்டி மண்மேடு மீதேறிச் சென்றார். அவருக்குப் பின்னால், இரண்டுபேர் அவருக்கான

பெருங்கூடையைச் சுமந்து சென்றார்கள். ஒரு அடர்ந்த புன்னைமரத்தடியில் அமர்ந்து, பூசைக்கான இடத்தைத் தயார் செய்தார். மண்ணை அகற்றியபோது, இரண்டு நாகங்கள் தலை உயர்த்தியது. பச்சைக் களிம்பேறிய தன் உள்ளங்கைகளை நாகம்போல் குவித்துக் காட்டியபோது பயத்தில் அங்கிருந்து அவை நகர்ந்து சென்றன. தண்டுவலிப்பதனால், உள்ளங்கையில் உருவாகும் களிம்பை நாங்கள் காப்பு என்றோம்.

கடல்வழிப் பயணத்தின்போது, கோழிகளைத் தவிர வேறெந்த விலங்குகளையும் நாங்கள் கொண்டுசெல்வதில்லை. அம்முக்குவன் பூசைக்கான பெருங்கூடையிலிருந்து சேவல்கோழியை வெளியிலெடுத்து அருகில் நிறுத்தினார். அது சிறகடித்து, சிவப்புக் கொண்டை அசைய அவரருகில் நின்றிருந்தது. மண்மேடையில் புன்னைப் பூவிட்டு, எங்கள் மூதன்னையின் சிறு கற்சிலையை மண்மேடையில் பிரதிஷ்டை செய்து தீபமேற்றினார். பெண்கள் பட்டுச் சேலையும், பொன்நகையும் அணிந்து, தலையில் பூச்சூடி புன்னைமரத்தைச் சுற்றி நின்றிருந்தனர்.

அம்முக்குவன் மெதுவாக அசைந்து வந்தார். மூதன்னை அவர் உடலில் குடியேறத் துவங்கியதும், துள்ளத்துவங்கினார். கண்கள் சிவக்க, வியர்வையில் நனைந்த உடலுடன் தலையை உலுக்கிக்கொண்டிருந்தார். அவருக்குப் பக்கத்தில் கோழி, தனக்கான கடைசி அழைப்பிற்கு காத்திருந்தது. என்னை அவருக்குப் பக்கத்தில் அழைத்து உட்காரவைத்தார். மூதன்னை சிரித்த முகத்துடன் என்னைப் பார்த்துக்கொண்டிருந்தாள். எனக்குப் பக்கத்தில் என்னுடைய மகன் நின்றிருந்தான்.

அம்முக்குவன், கூர்த்தீட்டிய சிறிய கத்தியை எடுத்து கோழியின் தலையை வெட்டுவதுபோல் பாவனை செய்துவிட்டு, என்னுடைய இடதுபக்கத் தோள்தசையை கத்தியால் சீவியெடுத்தார். என்னுடைய தசைத்துண்டம், அன்னையின் காலடியில் சென்று விழுந்தது. என்னிடமிருந்து இரத்தம் பீறிட்டுச்சாடியது. அம்முக்குவன் மீண்டும், என்னருகில் வந்து, என்னுடைய வலது தோள்தசையையும் சீவியெறிந்தார். மூதன்னை இரத்தத்தில் நனைந்திருந்தாள். கடைசியில் என்னுடைய நெற்றியை சீவியபோது கண்களில் குருதியேறி நான் மயக்கமடைந்தேன்.

பூசை முடிந்ததும், கோழியை கையில் எடுத்துக்கொண்டு கடற்கரைக்கு சென்று ஒரு வள்ளத்தில் ஏறி உட்கார்ந்தார். அந்த வள்ளத்தை கடலில் இறக்கி, ஆறுபேர் தண்டுவலித்து ஆழ்கடல்

சென்றோம். அம்முக்குவன் கண்மூடி தியானம் செய்து கொண்டிருந்தார். நிலவு மேலெழும்பி வந்தது. வள்ளம் ஆழத்தில் செல்லச்செல்ல, வேளிமலை மேலெழும்பி வந்து, பின்னர் மெதுவாக கீழிறங்கி மறைந்தது. அம்முக்குவன் அவருக்கான கணத்தில், கண்களை திறந்து வள்ளத்தை நிறுத்தச்சொன்னார்.

நான் வெண்கலத்தால் செய்த எறியுளியுடன் நின்றிருந்தேன். என்னால் எறியுளியை தூக்க முடியவில்லை. கைகளில் வலியிருந்தது. அம்முக்குவன் என்னைச் சீறிப்பார்த்தபோது, நான் எறியுளியை தூக்கினேன். என் கைகளின் தசை கிழிவதுபோல் நெடுவியது. என்னால் முடியாதென்று தலையசைத்தேன்.

"நீ முக்காதியா?" அம்முக்குவன் கோபத்துடன் கேட்டார்.

என்னுடைய இரண்டு தோள் புண்களும் புகையிலையால் மூடியிருந்தது. பச்சையிலைக் கசாயத்தின் கசப்பு இன்னும் நாவிலிருந்தது. அம்முக்குவன் வள்ளத்தின் பின்பகுதி குறுக்குப் பலகையின் மீதேறி நின்று, கோழியை வள்ளத்திற்கு வெளியில் இடதுகையால் பிடித்திருந்தார். வலதுகையால், இடுப்பிலிருந்த கூர்கத்தியை எடுத்து, நிலவை ஒருமுறைப் பார்த்துவிட்டு, கோழியின் தலையை வெட்டினார். கத்தியை தொடையில் துடைத்துக்கொண்டு, இடுப்பில் சொருகினார். கோழியின் தலை கடலில் தூரத்தில் விழுந்தது. கோழி இறகடித்து அடங்கியது. கோழியின் குருதியை கடலில் ஊற்றினார்.

கடலின் இதயத்துடிப்பு மேற்பரப்பில் மெதுவாகப் பரவிக்கொண்டிருந்தது. தூரத்திலிருந்து கறுத்த ஒற்றைப்பாய் பொருத்திய இரண்டு தோணிகள்போல் இரண்டு சுறாக்கள் வள்ளத்தை நெருங்கிக்கொண்டிருந்தது. அவையிரண்டும் நாக்கால் இரத்தத்தை உறிஞ்சும் முயற்சியில் வாலடித்து வள்ளத்தை வட்டமிட்டது. அதிலொன்று அம்முக்குவனின் கைகளிலிருக்கும் கோழியின் இரத்தத்தைக் குடிக்க மேலெழும்பியது. பெண் சுறா என்பது அப்பட்டமாகத் தெரிந்தது. கோழியின் கடைசித்துளி வெளியேறியதும், கோழியை கடலில் தூக்கி எறிந்தார். ஆண் சுறா மேலெழும்பி, கோழி கடலில் வீழ்வதற்கு முன்னர் கவ்விப்பிடித்து கடலில் மறிந்து விழுந்தது. அப்போது எழும்பிய அலை, வள்ளத்தை குலுக்கியது. சுறா கடலில் விழுந்தபோது, அதன் வால் மேலெழும்பியது.

என்னுடைய கைகள் நடுங்கிக்கொண்டிருந்தது. நான் கையிலிருந்த ஈட்டியை குறிபார்த்து எறிந்தேன். ஈட்டி, சுறாவின்

வால்பகுதி சதையில் சென்று அடவியது. ஈட்டியின் வாலில் கட்டிய குறுவடத்தின் மறுமுனை வள்ளத்தின் பின்பகுதியில் கட்டப்பட்டிருந்தது. வள்ளத்தை விரைவாகச் செலுத்தினார்கள். சுறாவின் தலைப்பகுதி தண்ணீரிலும் வால் வள்ளத்தோடும் இணைந்திருந்தது. பெண்சுறா ஆண்சுறாவோடு நீந்தி வந்து கொண்டிருந்தது. அம்முக்குவன் வள்ளத்தின் பின்பக்கதில் நின்றிருந்தார். பெண்சுறா கண்ணிமைக்காமல் என்னையே பார்த்துகொண்டிருந்தது.

ஆண்சுறா தலைகீழாக கைவிரித்து சிலுவையில் தொங்கிக்கொண்டிருந்தது. பெண் சுறா, கண்ணாடிப் பிம்பமாக கைவிரித்து தொடர்ந்து வந்தது. சுறா இறக்காமலிருக்க இடைவெளிவிட்டு வள்ளத்தை நிறுத்திச் சென்றோம். கரையில் வந்தபோது, சுறாவிற்கு மெல்லிய அசைவிருந்தது. நாங்கள் எட்டுபேர் சுறாவை தூக்கி மூதன்னையை பிரதிஷ்டை செய்த புன்னைமரத்தின் கீழ் கொண்டுசென்றோம்.

சுறாவை சரித்துப்போட்டபோது, அது என்னுடைய உயரத்தில் இருந்தது. பீயாத்தியால் அதன் பூடியில் குத்தி, அதன் நெஞ்சுக் குழிவரை கத்தியை இழுத்துச்சென்றேன். குருதியாறுடன், கரளும் குடலும் வெளியில் சாடியது. சுறாக்குடலுக்கு வெளியில், இரத்த ஆற்றில் கோழியின் தலை நீட்டிக்கொண்டிருந்தது. நால்வர் கரளை பிடித்திருக்க அம்முக்குவன் அதை அறுத்தெடுத்து வாழையிலை மீது வைத்தார். அந்த கரளை எண்ணையாக உருக்கி எங்கள் கோயிலின் நிலவிளக்கில் பயன்படுத்தினோம். சுறாவின் இறக்கைகளை மூதன்னையின் இருமருங்கிலும் நட்டுவைத்தோம்.

சுறாவை கீலம்போட்டு உப்பிட்டுக் கடற்கரையில் குழித்தோண்டி புதைத்தோம். மீனில் மண்படாதவாறு தென்னை ஓலையால் குழியில் அடைகொடுத்திருந்தோம். பதினான்காம் நாள், இளம் மஞ்சள் நிறத்தில் உள்ளங்கை அளவுள்ள புழுக்கள் குழியிலிருந்து மேலெழும்பி வந்தது. மீனை வெளியிலெடுத்து உலர்த்தினோம். சுறாமீன் கருவாடு கருங்கல்போல் உறைந்து முதல் தரத்தில் இருந்தது.

எங்களின் முதல் மீன் ஏற்றுமதி பூவாற்றுப் பொழிமுகங்களிலிருந்து துவங்கியது. மீன்புழுக்களை சீனர்களும் யவனர்களும் பொன்விலை கொடுத்து வாங்கினார்கள். அதை தேனிலும் பாலிலும் ஊறவைத்து உண்டார்கள். யவனத்தோணிகள் கரைக்கடலில் நங்கூரமிட்டிருக்க, நாங்கள் படகுகளில் பொருட்களையும், பயணிகளையும் ஏற்றி

இறக்கினோம். அனைத்து இடங்களிலும் நாங்கள் படகோட்டிகள் என்றே அறியப்பட்டிருந்தோம்.

முதலில் ஒற்றைப்பாய் விரித்த உள்ளூர்த் தோணிகள் பூவாறு இரட்டை துறைமுகத்திற்கு வரத்துவங்கியது. சிறிதுசிறிதாக பாய்களின் எண்ணிக்கை அதிகரித்து, கடைசியில் ஏழு பாய்விரித்த எகிப்து கப்பல்கள் நங்கூரமிடத் துவங்கியது. பாய்களின் எண்ணிக்கையும் கப்பல்களின் அளவும் அதிகரிப்பதுபோல் பூவாறு துறைமுகத்தைச் சுற்றி நகரம் வளர்ந்து பொருளாதாரம் உயர்ந்துகொண்டிருந்தது. எங்கள் ஊர்கள் முக்வா நகரம் என்று அழைக்கலாயிற்று.

வெளிநாட்டுத் தோணிகள் வரும்போது, அதிலிருந்து உடனடியாகப் பொருட்களை இறக்குவதில்லை. தோணிகள், இரண்டுவாரம் முதல் நாற்பது நாட்கள் கடலில் தனியாக நங்கூரமிடப்பட்டிருக்கும். அதில், தொற்றுநோய்களோ அல்லது எலிகளோ இல்லையென்பதை உறுதிசெய்த பின்னர் மட்டுமே, அதிலிருந்து சரக்குகள் இறக்கப்படும். ஏலம், கிராம்பு, கறுவாப்பட்டை, தேக்கு, யானை, குரங்கு, நல்ல பாம்பு என்று ஏற்றுமதி நடைபெற்றது.

பல சமூகங்கள் துறைமுகங்களை நோக்கி குடிபெயரத் துவங்கியது. தோணிகளைப் போலவே, வேலைக்காகப் புலம் பெயர்ந்தவர்களையும் நாங்கள் துறைமுகப் பகுதியினுள் அனுமதிப்பதில்லை. ஒருமாத காலம்வரை, எங்களுக்குத் திருப்தி ஏற்படும்வரை, நாங்கள் அவர்களை வேலைக்காக எடுப்பதில்லை. அதுபோல், அடிமைகளும் தனியாகவே தங்கவைக்கப்பட்டார்கள். அவர்களுக்கு நோய்த்தொற்று எதுவுமில்லை என்பதை உறுதிசெய்த பின்னரே விற்கப்பட்டார்கள்.

நாங்கள் நிலவு மற்றும் வெள்ளிகளைக்கொண்டே இரவில் நேரங்களை கணித்தோம். நாங்கள் செல்லும் இடங்களில் சுறா, கேரைமீன் போன்றவற்றை ஆழ்கடல் சென்று பிடித்து, உப்பிட்டு ஏற்றுமதி செய்தோம். அதுபோல், முத்துசிலாபமும் முக்கியத் தொழிலாக இருந்தது. நாங்கள் நிலைகொண்டிருந்த பூவாறு இரட்டை துறைமுகப்பகுதியில் முத்து இருப்பதே எங்களுக்குத் தெரிந்திருக்கவில்லை.

ஒருநாள் முழுநிலவு இரவில், அம்முக்குவன் என்னை அழைத்து, சிறுபடகை கடலில் இறக்கச்சொன்னார். நாங்கள் நான்குபேர் மட்டுமே இருந்தோம். அம்முக்குவன் படகில்

இருக்கும்போது கண்திறப்பதில்லை. நாங்கள் கரைக்கடலில் இருந்தோம். என்னை அழைத்து நங்கூரக்கல்லை கீழிறக்க சொல்லிவிட்டு ஆழம் பார்க்கச்சொன்னார். நான் நங்கூரக்கல்லை கீழிறக்கி மேலே இழுத்தெடுத்தேன். பதினாறு மார் ஆழம் இருந்தது. அம்முக்குவன் நங்கூரக்கல்லை தடவிப்பார்த்தபோது, அதில் பாசியும், உடைந்த சிப்பித்துண்டங்களும் இருந்தது.

அம்முக்குவன் "தாயே, குமரியே" என்று சொல்லிக்கொண்டு கடலில் குதித்து, கடலின் ஆழத்தில் மூழ்கிச்சென்றார். எங்கள் படகு நீரோட்டத்தில் வழிந்து சென்றுகொண்டிருந்தது. கடல் ஒற்றைப் பெரும் முத்துபோல் ஒளியில் திளைத்துக்கொண்டிருந்தது. நீண்டநேரத்திற்கு பிறகு, அம்முக்குவனின் கைகள் இரண்டும் தண்ணீருக்குள்ளிருக்க, கால்களால் உந்தி படகுநோக்கி வந்தார். பக்கத்தில் வந்து கையுயர்த்தியபோது ஆமைபோல் மிகப்பெரிய சிப்பியொன்று அவரிடமிருந்தது. நான் அதை வாங்கி படகில் வைப்பதற்குள் மீண்டும் கடலில் மூழ்கிச்சென்றார். மீண்டும் அதேயளவுள்ள சிப்பியுடன் மேலெழும்பினார்.

நாங்கள் இரண்டு சிப்பிகளையும் கொண்டு கரையணைந்து சிப்பிகளை திறந்தபோது நிலவு ஒளியிழந்தது. என் கண்களால் முத்துக்களை பார்க்க முடியவில்லை. ஒவ்வொரு சிப்பியின் எடையும் அம்மிக்கல் அளவிற்கு இருந்தது. முதல் முத்தை தேக்குமர கோயிலில் குடிகொண்டிருந்த மூதன்னைக்கு காணிக்கையாக்கினார்.

முத்தின் புது ஒளியறிந்து புது தோணிகள் எங்கள் முக்குவ நகரத்திற்கு வரத்துவங்கின. கிழக்கில் கொற்கைப்பட்டினத்தில் முத்துக்கள் கிடைப்பதாகவும், ஆனால் அதைவிட ஈழதேசத்தில் பெரிய அளவில் முத்துச்சிலாபத் தொழில் நடப்பதாகவும் ஒரு யவனக் கப்பல் தலைவன் சொன்னான். முத்தின் எடைக்கு நான்கு மடங்கு தங்கம் கொடுப்பதாக ரோமாபுரி வணிகன் சொன்னபோது அம்முக்குவன் ஏற்றுக்கொள்ளவில்லை.

ஆழ்கடலில் சுறாமீன் வேட்டை, முத்துக்குளிப்பது, கரைக்கடலில் மீன்பிடிப்பது என்று மூன்று தொழில்முறைகளை நாங்கள் கையாண்டுவந்தோம். எங்கள் இனத்தை வேற்றினங்களிலிருந்து பாதுகாத்துக்கொள்வதே கரையில் மீன்பிடிப்பதன் முக்கிய நோக்கமாக இருந்தது. முத்துக்களும், உப்பிட்டு உலர்த்திய மீன்களும் பெருமளவில் ஏற்றுமதியாகியது. முத்துக்கள் எங்கள் தெருக்களில் கூறிட்டு விற்பனையானது. வீட்டு முற்றங்களில் பெண்கள் முறங்களில் முத்துக்களை அள்ளிப்போட்டு

அரிசியில் கல்பொறுக்குவதுபோல் நல்லவற்றை தெரிந்தெடுத்தார்கள். ஆனால், பெண்களுக்கு தங்கமே முக்கிய அணிகலனாக இருந்தது. தங்கநிற முத்துக்களை பல்லாங்குளி விளையாடப் பயன்படுத்தினார்கள். சாலமோன் மகாராஜாவின் கப்பல்களும் பூவாறு துறைமுகத்தில் நங்கூரமிட்டு முத்துக்களையும் பவளங்களையும் வாரிச்சென்றன.

எங்களின் முத்துமடைகள் பிறருக்குத் தெரியாவண்ணம், நாங்கள் அமாவாசை இரவுகளில் பல குழுக்களாகப் பிரிந்து முத்துக் குளித்துக்கொண்டிருந்தோம். ஒருநாள் நாங்கள் முத்துக் குளித்துக்கொண்டிருக்கும்போது, ஒற்றைப் பாய்விரித்த எட்டுத் தோணிகள் எங்களை சூழ்ந்துகொண்டது. இருளில் அவர்களை இனம் காணமுடியவில்லை. அவர்களின் நோக்கம் எங்களைக் கொள்ளையடிப்பதல்ல என்பதைத் தெரிந்துகொண்டோம். எங்களின் ஒருபடகை கைப்பற்றினார்கள். ஆனால், அந்தப் படகு பிறரை ஏமாற்றும் வகையில் நங்கூரமிடப்பட்டிருந்த போலிப்படகு என்பதைத் தெரிந்துகொண்டு எங்களை நெருங்கி வந்து கொண்டிருந்தார்கள். எங்களின் முத்துக்களை ஒரு படகில் ஏற்றிக்கொண்டு நாங்கள் கடற்கரைக்கு விரைந்து சென்றபோது, அவர்கள் தோணியின் பின்பக்கமிருந்த வில்தொடுக்கும் இழுவிசையிலிருந்து தீப்பந்தங்களை அம்பெய்தினார்கள்.

படகுகள் தீயில் எரிந்துகொண்டிருக்கும்போது, நாங்கள் கடலில் நீந்திக்கிடப்பது அவர்களுக்குத் தெளிவாகத் தெரிந்தது. அப்போது கவுணிலிருந்து கற்களை வீசுவதுபோல், தோணியின் இழுவிசைகொண்டு, கற்களை எங்கள் மீது அடித்தார்கள். எங்களில் பலர் தீயில் கருகியும், கல்லில் அடிபட்டும் இறந்தார்கள். எங்கள் படகுகளிலிருந்த அனைத்து முத்துக்களையும் எடுத்துக் கொண்டார்கள். அத்துடன் அவர்கள் சென்றுவிடுவார்கள் என்றுதான் நினைத்திருந்தோம். ஆனால், அவர்கள் இரண்டு தோணிகளிலிருந்து பெருவலை என்னும் இழுமடியை கடலில் இறக்கிக் கொண்டிருந்தார்கள். எங்களின் முத்துமடைகளை ஒட்டுமொத்தமாக சுருட்டி எடுத்துவிடுவார்கள் என்பதைப் புரிந்துகொண்டோம். எங்கள் படகைத் தோணியில் மோதச்செய்து, அதில் ஏறி தீவைத்து, அவர்கள் அனைவரையும் எங்கள் படகுகளில் ஏற்றி, அடிமைகளாக கரைக்கு கொண்டுவந்தோம். எட்டுத் தோணிகளும் கடலில் நீண்டநேரம் எரிந்துகொண்டிருந்தது.

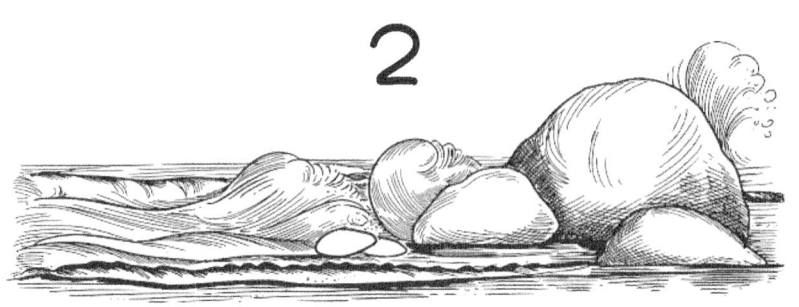

2

சார்கள்

"திலீபு, இனியும் எனக்கு நடக்கமுடியாலும்" மூச்சிரைக்க ஒவ்வொரு வார்த்தையாக பர்னாந்து சொன்னார்.

"ஒரு இன்கம் சர்ட்டிபிகேட் வாங்க இத்ற கஷ்டமா? அவன் அவனுக்க தோனியாசமும் காட்டிண்டு காலேஜுக்கு போயாச்சு. நான் கெடந்து சாவணும்" பர்னாந்திற்கு மூச்சு முட்டியது. அவரால் நடக்க முடியவில்லை.

"கொறச்சுநேரம் இதில இரியுமி." குழித்துறை கோர்ட்டிலிருந்து இடைவழியாக பஸ்டாப்புக்கு வரும் வழியிலிருந்த வயலோர தென்னைமர நிழலில் உட்கார்ந்தார்கள். ஒவ்வொரு இருமலுக்கும் கபம் வெளிவந்தது. துப்பிக்கொண்டிருந்தார்.

"மருந்து இருக்குதா?"

"தின்னாச்சு. ஒருநாளு ரெண்டுதான்." சுவாசம் முட்டியது. வில்லேஜு ஆப்பீசர் எழுதிக் கையெழுத்திட்ட படிவத்தை கூர்ந்து நோக்கினார்.

"ஏன், மத்தவ, அந்த தாசில்சாறு இதில சைன்போட்டு தருதாளில்ல?"

"அது நாம அவளுக்கு வல்லதும் கொடுக்கணும்."

"நான் எனக்கக் கையிலிருந்த காசெல்லாம் அவளுக்கு நீட்டினேன். தூக்கி எறிஞ்சா" இருமல் சற்று அடங்கியிருந்தது.

"அந்த பேப்பற தருமி" திலீப் அதை வாங்கிப் பார்த்தான். "இதில செவப்பு மசிவெச்சு ஏதோ எளுதியிருக்கு. நம்ம படிச்சவன் வல்லதும் குண்டாமண்டித்தனம் காட்டிக்காணும்."

"ஓள்ளதுதான் பிள்ள. அவன் இந்த வில்லேஜாப்பீசறுகிட்ட செறிய தர்க்கமாம். இவனிட்ட பைசா கேட்டிருக்கு. இவன் ஒரு நயா பைசா தரமாட்டேன்னு சொல்லியிருக்கு."

"வல்லதும் கொடுத்துவிட வேண்டியது. நாம இப்படி அலயவேண்டிய தேவயில்ல."

"இனியும் இருந்தா பத்தாது. நாம நடக்கலாம். அவ காஞ்சாம் பொறத்தணும், எடம் கடருவதுக்கொள்ள போயி பிடிச்சலாம். பைசா கொடுத்து சர்ட்டிபிகேட்டு வாங்கண்டாணு அவன் சொன்னான். அந்த பைசாச்சு மருந்துவாங்கி தின்னச்சொன்னான்."

இருவரும் நடந்தார்கள். தாசில்தார் கையொப்பமிடாமல் தட்டிக்கழித்துக் கொண்டிருந்தார். மகனுக்கு இன்னும் ஒருவாரத்தில் இன்கம் சர்டிபிகேட் கல்லூரியில் கொடுத்தால்தான் பீஸ் கன்சஷன் கிடைக்கும். குழித்துறையில் வந்திருந்த தாசில்தார் காஞ்சாம்புறம் ரேஷன் கடையில் அவசர வேலையிருப்பதாக அங்குவரச் சொல்லியிருந்தார்.

"நீங்க இந்த ரோகத்துக்கு ஆசுபத்திரியில போக வேண்டியதுதானே"

"இல்ல பிள்ள, நான் போகாத ஆசுபத்திரியில்ல. சாராயத்த நிறுத்தி இருவது கொல்லம் ஆவுது. ரோகம் தீந்தபாடில்ல."

"நாட்டுவைச்சியரப் பாத்திருக்கலாம்."

"அது மட்டுந்தான் கொறவு. ஒருதடவ ஒரு வைச்சியன பாக்கப் போனேன்" வெற்றிலை எச்சிலைத் துப்பிவிட்டுத் தொடர்ந்தார். "அப்பத்தான், வைச்சியன் வடிச்செடுத்த எண்ணையக் குடிச்சத் தந்தான். இனியும் இந்த ரோகம் இருந்த எடம் தெரியாதெண்ணு சொன்னான். அப்பத்தான் எனக்கு உயிரு வந்தது."

"அது எந்த எண்ண? வெளிமார்க்கட்டில கிட்டுமா?"

“அதுவா? நானும் வைச்சியருக்ககிட்ட கேட்டேன். எண்ண உருக்குத எடத்தில என்னயக் கூட்டிப்போயி காட்டினான்” சிறிதுநேரம் பர்னாந்து பேசவில்லை. “ஒரு சாக்கு நெறய ஏதோ செடிவேரு மாதிரி இருந்தது. அதக்கொண்டு கொதிச்சித எண்ணயில கொண்டு தட்டினான்.”

“வேருதானா?”

“வேரா? நான் அவிடத்தான் சர்த்திச்சு தொளிச்சுப் போட்டேன். எரப்பாம்பு”

“எரப்பாம்பா?”

“ஓம் பிள்ள, எரப்பாம்பு. வெளியில சாக்கு நெறய பொங்கிளி தள்ளி, மெணஞ்சிண்டு கெடந்தது. அத எண்ணயில வதக்கி, அரிச்செடுத்து குப்பியில பிடிச்செடுத்தான்.”

“ரோகம் தீந்ததா?”

“பின்னல்லாம. எரப்பாம்புக்க ரோகம் தீந்தது. எனக்கு கூடிப்போச்சு” என்று சொன்னபோது மூச்சு முட்டியது. சிறிதுநேரம் இருவரும் அம்மன் கோயில் மரநிழலில் நின்றார்கள்.

குழித்துறை பஸ்டாப் வந்து காஞ்சாம்புறம் செல்லும் பேருந்தில் ஏறினார்கள். பர்னாந்திற்கு உட்கார முடியவில்லை. வியர்த்துக் கொட்டியது. மூச்சு, வானுக்கும் மண்ணுக்கும் மேலும் கீழுமாக இழுத்தது. “இனியும் கொறச்சு தூரம்தான்” திலீப் ஆறுதல் சொன்னான். வண்டியில் இருந்தவர்கள் தங்கள் மூச்சை மெதுவாக விட்டார்கள். அவர்களுக்கும் பரவுமென்ற சந்தேகம். “இதென்ன இளுப்பு. வல்லதும் ஆசுபத்திரியில எறக்கி விடடே” வண்டியிலிருந்த ஒரு பயில்வான் பக்கிறி சொன்னான்.

“லேய், வாயணும் ஒண்ணும் வேண்டாத இரியில அவி... நிங்கம்மைக்க வண்டி. நிக்க நொய்ய எடுத்துக்களயுவேன், சும்மா இருந்துக்கோ. இனி இந்த வண்டியில ஒரு மூச்சு மட்டுந்தான் கேக்கணும். ரெண்டாமத்த மூச்சுச் சத்தம் எனக்கு கேட்டா, அந்த மூச்ச அடச்சுப் போடுவேன், அடச்சு.” திலீப் சத்தமிட்டுச் சொன்னான். வண்டி பயத்தில் பம்மிச்சென்றது. “ஆசுபத்திரியும் மயிரும். மத்தவள எங்க வீட்டில வந்து சைனுபோடச்சொல்லு, நாங்க ஆசுபத்திரியில போறோம்.” வண்டி தன் கடைசி மூச்சை காஞ்சாம்புறத்தில் நிறுத்தியது.

வண்டியிலிருந்து இறங்கி, அவள் சொன்ன இடத்திற்கு நடந்தார்கள். பர்னாந்துக்கு மூச்சுமுட்டியது. அவரால் இருமவும்

முடியவில்லை. தீலீபின் தோளைப்பிடித்து நடந்தார். "நீங்க இங்க இரியுமி. நான் அவள பாத்திட்டு வாறேன்."

"இல்ல பிள்ள, நானும் வாறேன். நான் படுதபாட அவ பாக்கணும்."

ரேஷன் கடையில் கால்மேல் கால்போட்டு உட்கார்ந்திருந்தாள். இருவரும் அவள்முன் சென்று நின்றார்கள்.

"ஏய் சயரோகம், வெளியில போய் நில்லுடே. உயிர எடுக்காம."

"மேடம், ஒரு சைனு தந்தா உங்கள எதுக்குத் தொந்தரவு பண்ணப்போறோம்."

"நீ யாருடே. உனக்க அண்ணனா ததேயூஸ்? அவனுக்கத் திமிருக்கு எனக்க கையிலிருந்து ஒண்ணும் கெடைக்காது. நீங்க வீட்டுக்குப் போங்க."

"எனக்க பிரண்டு மேடம், நாங்க பஞ்சோரு பாவங்க. இதில போட்டிருக்க மாசம் ஆயிரம் ரூபாயும் எங்களுக்கு வருமானமா கிட்டாது. இந்தச் சர்ட்டிபிகேட் தருததில உங்களுக்கு என்ன பிரச்சன?"

"அவன் எங்க படிக்கான்?"

"செயின்ட் சேவியர் காலேஜ், பாளயங்கோட்ட."

"வல்லிய காலேஜ். அங்க படிக்க இந்தச் சர்ட்டிபிகேட் ஒண்ணும் தேவயில்ல. அவிங்களுக்குத் தெரியும். அங்க படிக்க எல்லாரும் உங்கள மாதிரியான ஆளுங்கதான். இந்தக் காலத்தில ஆயிரம் ரூபாவ வெச்சு ஜீவிக்க முடியுமா?"

"அப்போ நீங்க தரமாட்டீங்க?" என்று திலீப் கேட்டபோது பர்னாந்து சுவாசமுட்டலுடன் உட்கார்ந்திருந்தார்.

"இல்ல, கனவிலும் நெனச்சுப் பாக்காதீங்க. வல்லதும் நோய பரப்பாம இங்கிருந்து போங்க. யோவ், அந்தப்பக்கமா போயி எச்சி துப்பையா."

இனியும் கெஞ்சி பலனில்லை. இருவரும் அடுத்த பஸ்சிலேறி வீட்டிற்கு வந்தார்கள். இந்த சர்ட்டிபிகேட் கிடைக்கவில்லை என்றால், வீட்டிற்குத் திரும்பி வருவதாக ததேயூஸ் சொல்லியிருந்தான். ஆனால், அடுத்தக் கடிதத்தில் ததேயூஸ் இனியும் இந்தச் சர்ட்டிபிகேட்டிற்கு அலயவேண்டாமென்று சொல்லிவிட்டான். நாட்கள் பிந்திவிட்டது. இனியும் கொடுத்தும் பலனில்லை.

அவனுக்குக் கல்விக் கட்டணத்திலும் ஹாஸ்டல் பீசிலும் சலுகைகள் அளிக்கப்பட்டதாகச் சொல்லியிருந்தான்.

சில நாட்களுக்குப்பிறகு, தாசில்தாரும் வில்லேஜ் ஆபீசரும் இடைப்பாடு ரேஷன் கடையில் வந்திருந்தார்கள். பர்னாந்து கட்டுமரம் கரையிலணைந்து வீட்டில் வந்தபோது, தீலீப் ஓடிவந்தான்.

“பெட்டெந்நு வருமி. மத்த ரெண்டுபேரும் நம்ம ரேசன் கடயில வந்திருக்கு.”

“பிள்ள, ததேயூசு இந்த சர்ட்டிபிகேட்டு வேணாமெண்ணு சொன்னான். நமக்கு வேண்டாம் பிள்ள. இனியும் எதுக்கு அவனுவள கெஞ்சிக்கொண்டு.”

“அதுக்கில்ல, இது நம்ம உரிமையாக்கும். அவுங்க நமக்கு இத தந்தாவணும். நம்மள மாதிரி எத்ற பாவங்களுக்க வைத்தில அடிச்சிருப்பானுவ. நீங்க அந்தப் பேப்பற எனக்க கையில தந்தாமதி. மிச்சத்த நான் பாக்குதேன்.”

இருவரும் இன்கம் சர்ட்டிபிகேட் படிவத்தை எடுத்துக்கொண்டு விரைந்து சென்றார்கள். ஆபீசர்கள் இருவரும் ரேஷன் கடையினுள் உட்கார்ந்திருந்தார்கள். திலீப் அந்தப் படிவத்தை அவர்கள் முன்னால் தூக்கி வீசினான்.

“இந்த ஆளுவளத் தெரியுமா? இதில சைனு போடாத நீங்க ரெண்டெண்ணமும் வெளியில போவமுடியாது” என்று சொல்லிக்கொண்டு வெளியில் வந்து ரேசன்கடைக் கதவை மூடினான்.

“ஏய், கதவத்திற” தாசில்தார் சத்தமிட்டாள்.

“ஆத்தியம் சைனப்போடுங்கடே” என்று திலீப் சொல்லிக்கொண்டு, “எதுக்கும் நீங்க அந்த பக்கெட்டில, அன்னா கெடக்குத சாணாங்கிய கலக்குமி. இந்த ஊப்பிசாறுமார சும்மாவிடப்பணி. இண்ணு இவளுக்கு சாணாங்கி குளியல்தான்” என்று பர்னாந்திடம் சார்கள் கேட்கும்படியாகச் சத்தமாகச் சொல்லிவிட்டு, பர்னாந்தையும் அழைத்துக்கொண்டு அங்கிருந்து சென்றுவிட்டான்.

ரேஷன் கடையின் உள்ளிருந்து “சார், சார், கதவத்தெறங்க, சார். சைன் போட்டாச்சு, சார்” என்று அவர்கள் தங்கள் வாழ்நாளில் வாங்கிய சார்கள் அனைத்தும் வாய்வழியாகத் தொடர்ந்து வெளிவந்துகொண்டிருந்தது.

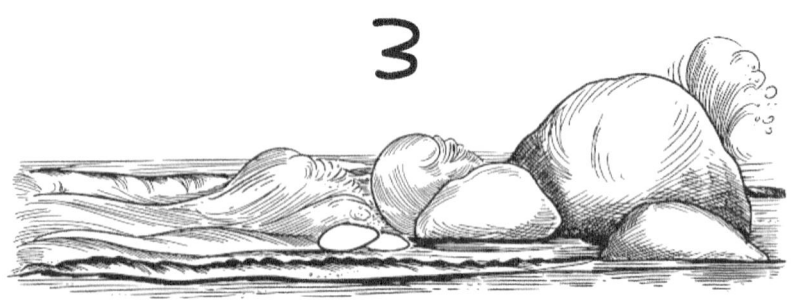

3

கண்டாலறியம்பள்ளி

“சித்தியே, எங்கு போறீ? ரேசங்கடயிலயா?” வீட்டுத்திண்ணையில் எட்டிப்பார்த்து எலிசபெத் கேட்டார்.

“ஆ, உனக்க ரேஷன்கார்டு இருக்கேது?”

“ரெண்டு கார்டு இருக்கிது. விமலாளுக்க கார்ட மண்ணெண்ண வேண்ட அவ தந்தா.”

“எனக்கு இந்த நாலு துண்டுக்கொள்ள சாதனங்கள தூக்கவா முடியும்? மண்ணெண்ணச்சு கன்னாசெங்கு?”

“ஐயோ, சித்தியே, நீங்க ரேசங்கடையில போமி, நான் பொடியவனச் சொல்லிவிடுதேன். கண்ணாச அவன் கொண்டுவருவான்.”

“அவன சட்டணும் சொல்லிவிடு. எனக்கு அரி அடுப்பில போடணும். இப்போ கரமடி கரையில ஏறும்.”

“நீங்க போமி. நான் கடப்புறத்தில போயி அவன சொல்லிவிடுதேன்.”

“அவன் வந்தில்லண்ணா நான் எனக்க அரி மட்டும் வாங்கிண்டு வருவேன்.”

“சித்தியே, விளிஞ்சத்தில கெடக்க வள்ளத்தில மண்ணெண்ண இல்லையாம். இந்த ரேசன் மண்ணெண்ணையும் கிட்டினா கொள்ளாம். வள்ளத்துக்கு சீசனொண்டு. மண்ணெண்ண இல்லெங்கி தொளிலுக்கும் போவமுடியாது.”

“மோளே, நான் ரேசங்கடச்ச கிட்ட இருக்குவேன். அவன பெட்டெந்து வரச்சொல்லு.”

“எல்லா கார்டுக்கும் அரியும் பருப்பும் மண்ணெண்ணையும் வாங்குமி.”

“சோப்பு இருக்கா மக்கா?”

“ஆ, இருக்கு” என்று சொல்லிக்கொண்டு எலிசபெத் கடற்கரைக்குச் சென்றார்.

கிளாரா பாட்டி நான்கு ரேஷன் கார்டுகளையும் கொண்டு ரோட்டின் ஓரத்தில் நடந்து சென்றார். கூன்விழுந்த முதுகு. செம்மண்ரோடு புழுதிபடிந்து கிடந்தது. பைக்குகள் இரண்டு திசைகளிலும் விரைந்து சென்றது. ‘பொழியூர், பொழியூர்’ என்று ஒரு வேனில் ஆட்களைத் திணித்துக்கொண்டிருந்தார்கள். ‘போட்டே, போட்டே’ என்று வேனின் மேல்பகுதியில் கையால் தட்டிக்கொண்டு கிளி சொன்னான். உள்ளே இடமில்லாத பலர் வெளியில் தொங்கிக்கிடந்தார்கள்.

“க்ளாறா, வீட்டிலி கெடக்கப்பணியா? இந்தப் பிராயத்திலயும் இவளுக்கு கையும் காலும் சும்மா இருக்கல்ல” பேருந்திற்கு காத்திருந்த ஒரு பெண் சொன்னார்.

“வேய் இதாரு?” வெற்றிலைப் பாக்கு எச்சிலைத் துப்பிக்கொண்டு கிளாரா கேட்டார்.

“கண்ணும் காணல்லயா?”

“வே, கொல்லங்கோட்டுகாறி நீயா? டக்கறிலி போவாட்ட?”

“இந்த நெருக்கத்திலயா? நீரோடி வண்டி இப்போ வரும்.”

“ரேசங்கடையில போறேன். போட்டா?”

“பாத்து போமி, ஆளுபிடிக்காறம்மாரு எறங்கியிருக்கு.”

“தூப்பம் கொள்ளம், கௌவியயும் பிடிச்சவா செய்வான்?”

கிளாரா ரோட்டைக் கடந்தபோது ஒரு பைக் கிரீச்சிட்டு நின்றது.

“கெள்வி, கெள்வி, ரோட்ல பாத்போ”

“வாரியனிச்ச மோனுவள. கொறச்சு பெல்லப்போனா என்ன? அம்மமாருக்கு வல்லதும் ஸ்ரீதனம் வேண்டித்தருவானுவ. சுனாமியா வருதில, இப்படி வெரன்டடிச்சு ஓடுதி.”

கிளாரா பாட்டி ரேஷன் கடைக்குச் சென்றபோது கூட்டம் அதிகமில்லை. இரண்டுபேர் அரிசி சாக்கைத் தூக்கி அடுக்கிவைத்துக் கொண்டிருந்தார்கள். திராசுதட்டை பிடித்துக்கொண்டு ஒருவர் சர்க்கரைக்கு எடை பார்த்துக்கொண்டிருந்தார். காகங்கள் மண்ணில் அரிசியை கொத்தியெடுத்தும் கரைந்துகொண்டும் பறந்துகொண்டும் இருந்தது. சில கோழிகள் மண்ணை கிளறிக்கொண்டிருந்தது. ஒரு நாய், தரையை மோந்துபார்த்தது. பின்னர், சிறிது விலகிச்சென்று சுவரில் சிறுநீர் கழித்தது.

“கீள வல்லதும் இரும்போ காந்தமோ இருக்கேது? தட்டு அசங்குதில்ல?” வரிசையில் முன்னாள் நின்ற மணியன் கேட்டார்.

“இதா கீளப்பாருவில” என்று சொல்லிக்கொண்டு எடை போட்டவர் தட்டை தூக்கிக்காட்டினார்.

“குமாறு நீ பேசாதல” ரேஷன் கடைக்காரர் சொன்னார்.

“நேத்து வாங்கிட்டுப் போனதில அரக்கிலோ கொறஞ்சிருந்தது.”

“லேய் நீ வெல்லதும் பேசாதல. இங்க தெவசமும் ஆர்டிஓ வந்து செக்கு செஞ்சிட்டுப் போறாரு. இதில இவனுக்கு அரக்கிலோ மயிரு கொறயுதாம்.”

“நீ முள்ளணும் நிக்க வெரல எடுல” குமார் விரலை எடுத்ததும் எடையிருந்த தட்டு சற்று கீழிறங்கியது.

“இதென்னதில? நிக்க கொட்டயப்போல ஒண்ணு கீள எறங்கிக்கெடக்கு. நீயெல்லாம் வெளங்கமாண்ட.”

“அவன் எடை போடுததுக்கு முன்ன கையெடுக்கச் சொன்னா எப்படி? அவன நீ வேலை செய்யவிடு. மொத்தம் எத்ற சாக்கு அரி?”

“கெவெர்மெண்ட் உத்தியோகஸ்தன். நாங்க இவன ஜோலி செய்ய விடல்ல. எனக்கு இண்ணு மூணு சாக்கு மதி” மணியன் சொன்னார்.

“டேய், செண்டக்கையா மூணுசாக்க வெளியிலெடு” என்று கடைக்காரர் தன் செல்போனைப் பார்த்துச் சொன்னார்.

“இதா மணியா, உனக்க ரேஷன்கார்டு” என்று ஒரு கட்டு ரேஷன் கார்டுகளை மணியனிடம் கடைக்காரர் கொடுத்தார்.

மணியன் ரோட்டின் ஓரத்தில் வைக்கப்பட்டிருந்த அரிசி மூட்டை மற்றும் வேறு சாதனங்களுடன் நின்றிருந்தார்.

"அடுத்து யாரு?"

"இதா நாலு சீட்டு" என்று கிளாரா ரேஷன் கார்டுகளை குமாரிடம் கொடுத்தார்.

"எத்ற லிட்டர் எண்ண?"

"நாலுக்கும் தா."

"அப்போ இருவது லிட்டறு. கன்னாசெங்கு?"

"இதா, எனக்க பேரன் கொண்டுவருதான். ரூபா, மக்கா கொண்டு ஓடிவா மக்கா."

"இது இருவது லிட்டரு கன்னாசுதானா?"

"பிள்ள ஓம்."

ரூபன், தான்கொண்டுவந்த கன்னாசை பெரிய மண்ணெண்ணைய் பேரலின் பக்கத்தில் வைத்தான். செண்டக்கையன் பேரலில் கொழுத்திப்போட்டிருந்த நீண்ட வெள்ளைக் குழாயை பேரலில் போட்டுக்கொண்டு மறுமுனையை தன் வாயில் வைத்து உறிஞ்சினார். நீலநிற மண்ணெண்ணெய் குழாய் வழியாக வாயைத்தேடி வந்தது. வாயின் பக்கத்தில் மண்ணெண்ணெய் வந்ததும், பெருவிரலால் குழாயின் முனையை அடைத்துக்கொண்டு அந்த முனையை கன்னாசின் வாய்வழியாக உள்ளேவிட்டார். மண்ணெண்ணைய் பேரலிலிருந்து கன்னாசில் சீறிப்பாய்ந்து கன்னாசை நிரப்பியது. சரியான அளவு வந்ததும் பேரலிலிருந்த குழாயைத் தூக்கியெடுத்தார்.

"தூக்கி எடு மக்கா. தூக்குவாயா?"

"ஆத்தா இதா பாருமி, நான் எனக்க குட்டி வெரலுவெச்சு தூக்குதத."

"வெளயாடாத மக்கா. செல்லம்போல தூக்கியெடு" ரூபன் கண்ணாசை மூடிக்கொண்டு தூக்கியெடுத்தான். கிளாரா பாட்டிக்கு உச்சிவெயிலில் வியர்த்துக்கொட்டியது.

"மக்கா இத வெச்சிட்டு அந்த கடையணும் கொறச்சு வெள்ளம் வேங்கிட்டு வா."

"அவன் வெள்ளம் தரமாண்டான். போஞ்சு வெள்ளம் வேங்கிண்டு வருதேன். பைசாயோ?"

“இதா மக்கா பைசா. இந்த ரேசன் துண்டும் உனக்க கையிலதான் இருக்கட்டு” என்று தன் கையிலிருந்த ரேஷன் கார்டுகளையும் ரூபனிடம் கொடுத்தார். அதை வாங்கிக்கொண்டு அவன் ரோட்டைக் கடந்ததும் திரும்பிப்பார்த்து, “ஆத்தா கள்ளன், கள்ளன்” என்று சத்தமிட்டான்.

திடீரென்று பாட்டியின் பக்கத்தில் “தமிழ்நாடு அரசு” என்று எழுதப்பட்ட ஜீப் வந்து நின்றது. அதிலிருந்து இருவர் இறங்கி மணியனிடமிருந்து அரிசி சாக்குப்பைகளை எடுத்து ஜீப்பில் தூக்கிப்போட்டார்கள். மூன்று அரிசி சாக்குகளும் மூன்று பிணங்கள் போல் ஜீப்பினுள் போய் விழுந்தது.

“ஐயோ, சாறே சாறே இதெனக்க ஜீவிதமாக்கும்” மணியன் கெஞ்சினார். அவரைப் பார்க்க பரிதாபமாக இருந்தது. “சாறே, சாறே, இந்தா, இந்தா” என்று வலதுகையை சட்டைப் பாக்கட்டின்மீது வைத்துக்கொண்டு இடதுகையை ஜீப்பின் கம்பியைப் பிடித்துக்கொண்டு நின்றார்.

“உனக்க ரேஷன் கார்டையும் கொண்டு போலிஸ் ஸ்டேஷன்ல வந்து கணக்குக் காட்டி அரிசிய வேங்கிட்டுப்போவில. நமக்கு அவன் லஞ்சம் தரப்பாக்கான். எங்கள என்னண்ணு நெனச்சிருக்க?” என்று சொன்னவனின் கண்ணில் கிளாரா பாட்டியின் பக்கத்திலிருந்த கன்னாசும் மண்ணெண்ணையும் கண்ணில் பட்டது. பாட்டிக்கு வெயிலில் தலைசுற்றி மயக்கம் வருவதுபோல் இருந்தது. நடப்பது எதுவும் அவருக்குத் தெரியவில்லை. கிளாரா பாட்டியின் கன்னாசையும் மண்ணெண்ணையையும் எடுத்துக்கொண்டு ஜீப் விரைந்து சென்றது.

“கள்ளா, டோய் கள்ளா” ரூபன் சத்தம் போட்டுக்கொண்டு ஜீப்பை துரத்திக்கொண்டு ஓடினான். சிறிது தூரம் சென்றதும் மூச்சிரைக்கத் திரும்பி வந்தான். “இவனுவளுக்கு இதுவொரு தொளிலு. சாராயத்த பிடிச்சிதானுவளில்ல. மண்ணெண்ணய தேடியாக்கும் இவம்மாரு இப்போ எறங்கியிருக்கு.”

“ஐயோ, வாரியனிச்ச மோனுவள, சோறவுடிச்சி தாந்து நரங்கி போவ. எனக்க அரி சாக்கையும் எடுத்திண்டு போறான். எனக்க மாப்பிள காலத்த ஒண்ணும் தின்னாத மடிவளச்ச போச்சு. ஐயோ இப்போ அயாளு தளந்துவரும். நான் என்னத்தய கொடுக்க. நீயெல்லாம் நசிச்சுப் போவ. இந்தப் பைசா உனக்க வயித்திலி கெடக்காலும், பேதியாட்டு போவும். ஐயோ எனக்க ஏசுவே, இது இந்த எடப்பாட்டில மட்டுந்தானா?” கிளாரா ஒப்பாரிவைத்தார்.

"இப்போ எல்லா எடத்திலயும் இப்படித்தான். நெறயபேரு ரேசன் கடய்ணும் மண்ணெண்ணையையும் அரிியையும் கொறஞ்ச வெலச்சு வேங்கிண்டு கள்ளத்தனமாட்டு கேரளத்தில கொண்டு விக்கதாக்கும் தொளிலு. அதத் தடுக்கவேண்டியாக்கும் தாசில்சாறும் ஆர்டியோவும் போறது" குமார் விளக்கினார். ரோட்டில் ஆட்கள் கூடினார்கள். மணியன் ஒரு ஆட்டோ பிடித்து ஜீப்பை பின்தொடர்ந்து சென்றார்.

"இதினியும் கிட்டாதா?" கிளாரா கண்ணைத் துடைத்துக்கொண்டு கேட்டார்.

"நீங்க இனியும் போலீஸ் ஸ்டேஷன்ல போய்த்தான் வாங்கணும்."

"டேசன்லயா? ஐயோ எனக்கு பூதனாட்டு கலங்குது. நாங்க பட்டணி கெடந்து சாவுதோம். அங்க போனா எங்கள கள்ளனணும் பிடிச்சு ஜெயில்ல போடவா? எனக்ககிட்ட நாலு துண்டிருக்கு. அதுக்கு அரியும் மண்ணெண்ணையும் பைசாகுடுத்து வேண்டினேன். பைசாயும் போச்சு சாதனமும் போச்சு."

"போன ரெண்டு மூணு மாசமாட்டு இப்படித்தான் நடந்திட்டிருக்கு. ஸ்டேசன்ல போனா அதக்குறிச்சு அவுங்களுக்கு ஒண்ணும் தெரியாதாம்."

"இதுக்க முன்னம, பெண்ணாப்பெறந்த ஆர்டிஓ இருந்தப்போ இப்படி நடக்கல்ல. அவுங்க பிடிச்சா அடுத்தநாளு பேப்பறில வரும். இப்போ இங்கிருந்து பஞ்சோரு பாவங்களுக்க அரியையும் மண்ணெண்ணையையும் எடுத்திட்டுப் போறானுவ. போலீஸ் ஸ்டேஷன்லயும் கணக்கு காட்டல்ல, பேப்பறிலயும் நூஸ் வரல்ல. அப்போ இதுக்க அர்த்தம் என்னவாக்கும்?"

"அர்த்தம் என்னவாக்கும்?"

"வெல்ல எடங்களிலயும் விக்குதானுவளாட்டிருக்கும்."

"அப்படிச் சொல்லாத. அரசாங்க அதிகாரிகளாக்கும்."

"பின்ன கணக்கு காட்டாதிருந்தா எப்படி? இந்த ரெண்டு மாசம் எடுத்திட்டுப்போன மண்ணெண்ணச்ச கணக்கெங்கு?"

"போய் கேளு."

"ஆரிட்ட?"

"கலட்டறுகிட்ட"

“அங்கு ஆரு போவ?”

“நாம எல்லாரும் போலாம்.”

“எங்களுக்கு வேற வேலையும் சோலியுமில்ல. கலட்டறும் போலீசும். போங்கல போக்கத்த பைலுவளா” கூட்டம் கலைந்து சென்றது. கிளாரா பாட்டியை ரூபன் தன் தோளோடு அணைத்து வீட்டிற்குக் கொண்டுசென்றான்.

“அம்மா, மண்ணெண்ணையையும் அரியையும் கள்ளம்மாரு கட்டிண்டு போனானுவ” என்று சொல்லிக் கொண்டிருக்கும்போது பிளாஸ்டிக் நாற்காலியிலிருந்த அலைபேசி ஒலித்தது.

“ஐயோ ஒள்ளதா மக்களே, போணிலி ஆரெண்ணு கேளு” திண்ணையில் தேங்காய்த் துருவிக்கொண்டிருந்த எலிசபெத் சொன்னார்.

“அப்பா, ஹலோ”

“ரூபா மண்ணெண்ண ரெடியா?”

“மண்ணெண்ணைய கள்ளன் கட்டிண்டு போனான்.”

“லேய் எனக்க கும்பி எரியிது. நீ அம்மகிட்ட குடுல”

“இந்தா அம்மா, அப்பாவுக்கு நிங்ககிட்ட பேசணுமாம்”

“ஹலோ, ஹலோ”

“என்ன ஹலோ? மண்ணெண்ண இருக்கா? எனக்குத் தொளிலுக்கு போணும். ஹலோ சொன்னா பத்தாது.”

“இதென்ன பேச்சு. பின்ன ஹலோ சொல்லாத எப்படி?”

“சேட்டா சொகந்தன்னயோ? அப்படின்னு கேளம்ப. அவளுக்க தமாசு. இங்க பாரு, மண்ணெண்ண களவு போச்சாம். எனக்கு இண்ணு மண்ணெண்ண வேணும்.”

“இருவது லிட்டறு ரேசங்கட மண்ணெண்ணைய மத்தவம்மாரு தூக்கிண்டு போயிருக்கு. நம்ம இந்த மாசத்த சப்சீடி மண்ணெண்ண இருக்கு. அத ஆட்டோவில கொடுத்துவிடட்டா?”

“ஐயோ வேண்டாம். அதையும் அவனுவ பிடிச்சா?”

“இது கணக்கொள்ளது. வெள்ள மண்ணெண்ண.”

“கொள்ளாம், அப்போ ரேசங்கட நீலக்களறு மண்ணெண்ணச்சு கணக்கில்லையா?”

“அதுக்கும் கணக்கு ஒண்டு” எலிசபெத் உதட்டைச் சுளித்துக்கொண்டு சொன்னார்.

“ம்பே, நீ எனக்க குடும்பத்த நசிப்பிச்சுவ. அத நீ வீட்டில வெச்சிரி. இந்த சனியாச்ச நான் வந்து எடுத்திட்டுப் போறேன்.”

“செரி”

“ம்பே, மண்ணெண்ணைய வீட்டுக்குள்ள வெச்சுக்கோ.”

“தீப்பிடிச்சா?”

“கன்னாசும் மண்ணெண்ணையையும் விடாத ஒறப்பாட்டு கெட்டிப்பிடிச்சுக்கோ.”

“ஓய்?” எலிசபெத் கண்ணை முந்தானையால் துடைத்தாள். துருவிய பாதி தேங்காய் கையிலிருந்தது. நெற்றியில் வழிந்த வியர்வையை இடதுகைப் பெருவிரலால் வடித்தெடுத்தாள். திருக்குடும்பம் ஸ்தாபல் படத்தின் கீழ் வல்லார்பாடம் கோயில் திருவிழாவிற்குச் சென்றபோது வாங்கிய மின்சார விளக்கு மின்னிமின்னி எரிந்துகொண்டிருந்தது. விளக்கினுள் இரண்டு எரியும் இலைகள் இருந்தன. ஒன்று எரிய இன்னொன்று அணையும். தன் மனைவிக்கு தீயோன்சு ஆசையாக வாங்கிவந்தது.

“சும்மா வெளயாடினேன். தங்கமெண்ணாலும் வெலகொடுத்தெங்கிலும் வேங்கலாம் பிள்ள. மண்ணெண்ண நம்ம ஜீவனாக்கும். நம்ம பணிய மொடக்கிப்போடும்.”

“அப்போ இண்ணு தொளிலுக்கு போவ மண்ணெண்ண எங்க?”

“மத்தவன், உச்சக்கடக்காறன் லிட்டறு எளுவத்தஞ்சு ரூவாலுக்கு எத்ற லிட்டறு வேணுமெண்ணாலும் தரலாமெண்ணு நம்ம லிபறாத்தூசுகிட்ட சொல்லியிருக்கு. வெள்ள மண்ணெண்ண. அவனுவ இங்கு கொண்டுவந்து தருவானுவ.”

“வெள்ள மண்ணெண்ணயா? அது நம்ம வள்ளங்களுக்கு அரசாங்கம் சப்சீடில தாறதல்ல?”

“அதுக்கிப்ப என்ன? நமக்கு அர்ஜன்றாட்டு மண்ணெண்ண வேணும். அருமையோ மலிவோ அவசரத்துக்கு கிட்டின வெலைச்சு வேங்கலாம். ஒரு கொளப்பமுமில்ல.”

“அதில்ல, மத்தவனுக்கு நம்ம கடப்புறத்து சப்சீடி மண்ணெண்ண எங்கிருந்து கிட்டுது?”

விழிஞ்சத்தில் தீயோன்சு போனை காதில் வைத்துக்கொண்டு தன் வெளிப்பொருத்து விசைப்படகில் நின்றிருந்தார். வெளிப்பொருத்து எஞ்சினின் நெற்றியில் இடதுகையை வைத்துக்கொண்டு எஞ்சினின் மூக்கை இழுத்தெடுத்தார். தீயோன்சு மீண்டும் மூக்குக்கயிற்றை இழுத்ததும் எஞ்சின் 'டிர்ர்ர்... டிர்ர்ர்ர்...' என்றது. தீயோன்சு படகை மெதுவாக நகர்த்தினார்.

"ம்பே, நீ சீபிஐ ஆப்பீசறு மாதிரி பேசாத, போண வை. நான் ஒரோட்டம் போயிட்டு வாறேன்" என்று சொல்லிக்கொண்டு விசைப்படகை ஓட்டிச்சென்றார்.

'செரி' என்று அலைபேசியை அணைத்துக்கொண்டு "மக்களே, அந்த மண்ணெண்ணைய ஒவ்வொரு கன்னாசாட்டு வீட்டில எடுத்து வை" எலிசபெத் சொன்னார்.

"நீங்க சும்மாயிரிமி. அயாளுக்கு கிறுக்கு. மண்ணெண்ண வெளியிலத்தான் இருக்கட்டு. இந்தக் கடப்புறத்தில வந்து எவன் கட்டெடுக்க. தீவெல்லதும் பிடிச்சா வசளாவும். இருனூத்தம்பது லிட்டரு இருக்கு."

"ஐயோ இருனூத்தம்பதெண்ணு செத்தம்போட்டு சொல்லாத மக்கா."

"ஏன்? நாம கட்டா வெச்சிருக்கோம். வெலகொடுத்து வேங்கினதுதானே. அரசாங்கம் நமக்கு ஒவ்வொரு மாசமும் தருத கொறஞ்ச வெல வெள்ளக்களறு மண்ணெண்ண. இதுக்குப்போயி எதுக்கு பேடிச்ச? வெளியிலத்தான் இருக்கட்டு."

"மக்களே நிக்க அப்பன உனக்குத் தெரியாலும். அயாளுக்க தொளிலு மொடங்கினா என்னைய கொன்னுகளயும். நீ எடுத்து வை. எனக்க கையில நூறுபவுனுக்கு உருப்படி இருந்தாலும் இத்ற பேடியில்ல மக்கா. மண்ணெண்ண அயாளுக்க ரெத்தமாம்."

"செரிதான். வெள்ளரெத்தமும், நீலரெத்தமும். பின்ன நீங்க ரெண்டு கன்னாசு மண்ணெண்ணைய தலைச்சு வெச்சிண்டு ஒறங்குமி. மிச்சமொள்ளதெல்லாம் வெளியிலத்தான் இருக்கட்டு. நான் போயி பட்டிச்ச களுத்தில கெட்டுத சங்கிலிய வாங்கிட்டு வருதேன். நம்ம வீட்டு ஜாளியில கன்னாச கெட்டியிடலாம்."

"மோனே, அப்படிச் சொல்லாத. அவம்மாரு சங்கிலிய பொட்டிச்செங்கிலும் மண்ணெண்ணைய கொண்டுபோவானுவ. இதா, இந்த அயன்பாக்ச கறண்டிலி குத்திவெச்சண்டாணு எத்றபிறாவசியம் சொல்லியாச்சு? அத உருவி எடு."

“ஓம், அவனுவ இங்கு வந்தா இனி ரெண்டு கொண்டுண்டுதான் போவானுவ” என்று ரூபன் சொன்னபோது கிளாரா கையில் மீனுடன் வந்தார்.

“ஆளுகண்டா நண்டு. அவனுக்க தேச்சியத்தப்பாரு. மக்களே, ஐயா கடப்புறத்தணும் வந்தது. நான் சோறு காச்சல்ல. இங்கு சோறு வெந்ததா? இதா இந்த வாளய காச்சு.”

“சித்தி, அரி அடுப்பிலி இருக்கிது. நேத்தத்த கஞ்சியும் சம்மந்தியும் இருக்கிது. ஐயாவுக்கு கொண்டுபோமி.”

“ஆ, எடு மக்களே. உப்பமீனும் இருக்கிது. நான் சுட்டு கொடுக்கிதேன். மண்ணெண்ண களவுபோனதில ஐயாவுக்கு நல்ல வெசமம்.”

“போனது போட்டு சித்தி. இப்போ என்னெய்ய?”

“வேய் பண்டு பண்ணி கள்ளம்மாரக்கண்டு நமக்கு கெடயில்ல. எந்த ராத்திரி எந்த இடுக்கணும் கள்ளன் வருவானெண்ணு நமக்குத் தெரியாலும். சைக்கிளிலி வருவானுவ, பண்ணிச்ச பெறக்கத்த ரெண்டு காலப்பிடிச்சுத் தூக்குவானுவ. பின்ன காலையும் வாயையும் கெட்டிண்டு சைக்கிளு கடவத்திலி எடுத்திட்டிண்டு ஓடுவானுவ. கடப்புறத்தில ஒறங்கித நமக்கு அவன வெரட்டி பிடிச்சவா முடியும்? இப்போ பண்ணிகளில்லாட்ட சமயத்தில மண்ணெண்ண கக்கவருதானுவ. கன்னாச முந்தியில முடிச்சிட்டிண்டா கெடக்கமுடியும்?” கிளாரா பாட்டி பெருமூச்சு விட்டார்.

ரூபன் இரண்டு கன்னாசை மட்டும் வீட்டினுள் எடுத்து வைத்துக்கொண்டு ரோட்டோரம் சென்றான். ஆட்கள் கூட்டமாக சத்தமாகப் பேசிக்கொண்டு நின்றார்கள்.

“என்ன ரூவா? போலீஸ் ஸ்டேஷன்ல போவாட்ட? மண்ணெண்ண கிட்டப்பாத்ததே?” ஜான்சன் சொன்னார்.

“ம்ம், போனா நல்லா கிட்டும். நான் களியக்காவெள வைத்தியசாலையில பாளயிலத்தான் கெடக்கணும். போனது வெறும் இருவது லிட்டறுதான்.”

“அப்படிச் சொல்லாதல பிள்ள. இப்போ எல்லா வீட்டிலயும் மண்ணெண்ண களவுதான்.”

“களவு போறதெல்லாம் நம்ம இந்த எடப்பாடு சவேரியாரு கோயிலுக்க கிட்டத்தான்” வேறு பலரும் ஒரே குரலில் சொன்னார்கள்.

“நம்ம ஊரில எவனோ நாம மண்ணெண்ணய கள்ளத்தனமாட்டு வெச்சிருக்கெண்ணு போணில சொல்லிக்கொடுக்கானுவ. வேற ஊருகளில இப்படி ஒருத்தனும் செய்யமாட்டானுவ. நான் போன முப்பத்தொண்ணாம் தேதி, அந்த மாசத்த இருநூத்தம்பது லிட்டறும், அதுக்க அடுத்த நாளு ஒண்ணாந்தெயதி இந்த மாசத்துக்க இருநூத்தம்பது லிட்டறுமாட்டு மொத்தம் அஞ்னூறு லிட்டறு எனக்க வீட்டில வெச்சிருந்தேன். எனக்க போட்டில கொடுத்துவிடுததுக்கு முந்தினநாளு அத காணயில்ல. ஜீப்பில ஆரோ ராத்திரி வந்து தூக்கிண்டு போனதாட்டு கண்டவன் சொன்னான்” தலையில் கட்டியிருந்த துவர்த்தை எடுத்து முகம் துடைத்துகொண்டு ஒருவர் சொன்னார்.

“உனக்க வீட்டில மட்டுமா? எல்லாவனுக்க வீட்டிலயும் களவுதான் போறு. இதில உள்ளறிஞ்ச கள்ளனுக்க கூட்டு கெட்டுமுண்டு.”

“இத இனியும் விடப்பிடாது. கள்ளம்மார கையோட பிடிச்சணும்.”

“நீ எதுக்கு பிடிச்சப்போற. போலீசு அவம்மார பிடிச்சட்டு. சட்டத்த நாம கையிலெடுக்கப்பிடாது. நல்ல வெயிலடிக்கிதென்ன? வருங்க, கோயிலுக்க படியில இருக்கலாம்” ஜான்சன் சொல்லிக்கொண்டு தன் வேஷ்டியின் நுனியைப் பிடித்துக்கொண்டு புனித சவேரியார் கோயிலை நோக்கி நடந்தார். அனைவரும் அவரைப் பின்தொடர்ந்து சென்று படியில் உட்கார்ந்தார்கள். புனித சவேரியார் அனைவரையும் ஆசீர்வதித்துக்கொண்டு கடல்நோக்கி கோபுரத்தில் நின்றிருந்தார்.

“நாம களவுபோறெண்ணு போலீசில கம்ப்ளைன்ட் கொடுப்போம். உங்களுக்கு தெனமும் களவு போறெண்ணா கன்னாசையும் மண்ணெண்ணையையும் வீட்டுக்குள்ள வெச்சா என்ன? தப்ப உங்க பேரில வெச்சிண்டு கள்ளனும் போலீசும் வெளயாடினா எப்படி?”

“நீங்க விசயம் தெரியாம பேசப்பிடாது. நாங்க வெளுப்பாங்காலத்த ரெண்டுமணி மூணுமணிச்சு கடல்ல தொளிலுக்கு போணும். நூறு நூத்தம்பது லிட்டறு எண்ணய ஒருநாளு நாங்க பிளைவுட்டில ஏத்தணும். வெளியில இருந்தாத்தான் ஓடிவந்து எடுக்கமுடியும். அதிருக்கட்டும், தீப்பிடிச்சா? அத எதுக்குச் சொல்ல. எங்க மக்க குட்டிங்க தீயில எரிஞ்சு செத்தா ஆருக்கு என்ன கவல? நாங்க வெலயில்லாத்த ஆக்கிறி சாதனங்கதானே. அண்ணா,

நீங்க இனியும் உங்க வேலையும் பாத்திண்டு போமி. போலீசெல்லாம் எங்களுக்கு செரிப்படாது."

"அப்போ, போலீசுக்கு உங்களையும் செரிப்படாது. உங்க செவியத்தூக்கி எடுப்பானுவ. எனக்கக்கூட ஒரு ரெண்டுமூணுபேரு வந்தாமதி."

"இல்லண்ணா நீங்க மட்டும் போமி."

"அது செரி. எனக்க சாதனமா களவுபோச்சு? போலீசு நீ யாரெண்ணு என்னைய கேட்டா? நான் என்ன வக்கீலா?" ஜான்சன் தொடையிலிருந்து நழுவிய வேஷ்டியை தொடையிடுக்கில் சொருவினார்.

"ஜாண்சண்ணா, போலீசில வேண்டாம். எம்பி எம்மெல்லே கிட்ட ஒரு கம்ப்ளைன்ட் கொடுக்கலாம்."

"அதுவும் ஞாயம்தான். நமக்கு அரசாங்கம் மொத்தமா இந்த மண்ணெண்ணைய தாறதாலத்தானே இந்த களவுப் பிரச்சன. நமக்கு தேவயான நேரத்தில கிட்டுததுமாதிரி ஒரு பெட்ரோல் பங்கு நம்ம இந்த கடப்புறத்தில வைக்கலாமெண்ணு அவுங்ககிட்ட கேக்கலாம். பின்ன ஒண்ணு, லேய், நான் சும்மா அவுங்ககிட்ட கையையும் வீசிண்டா போவமுடியும்."

"பின்ன?"

"எனக்கு ஒரு நூறு ஓட்டெங்கிலும் வேணும். அப்பத்தான் நான் தைரியமாட்டு அவுங்ககிட்ட பேசமுடியும்."

"அப்போ அண்ணனுக்கு நூறு ஓட்டும் இல்லையா? நிங்களுக்கு நூறு ஓட்டு ஒண்டெண்ணா நீங்க எதுக்கு அவனுவள பாக்கபோவ? அவனுவ உங்கள பாக்க வருவானுவளே. அயாளுக்க பேச்ச கண்டில்லயா? இண்ணுதொட்டு நாம ராத்திரி காவலுக்கிருக்கலாம். கள்ளன செந்தூக்கிலி தூக்கி எடுக்கலாம். என்ன, எல்லாருக்கும் சம்மதமா?" பெரியவர்கள் பேசுவதை ரூபன் கேட்டுக்கொண்டு நின்றான்.

"நான் கடசியாட்டு சொல்லுதேன். இனியும் உங்க இஷ்டம். அப்படி நீங்க வல்ல வண்டியயோ ஜீப்பயோ பிடிச்சா, ஒடனத்தான போலீச விளிச்சணும். மண்ணுலாறி ஆள ஏத்திக் கொல்லுதது மாதிரி இவம்மாரும் நம்மமேல வண்டிய ஏத்துவானுவ. கெவனமாட்டு இருக்கணும் பாத்துக்கோ" ஜான்சன் சொன்னார்.

"அதும் ஞாயந்தான். வண்டிய பிடிச்சிண்டு, போலீச விளிச்சலாம். போலீசுக்க நம்பரு ஒண்டா?"

"இதா, இந்த நம்பற உனக்க போனிலி அடிச்சு வை. எனக்கு வேற வேலையிருக்கு. இண்ணு நான் கொச்சியில போட்டில போகணும்."

கூட்டம் பிரிந்து சென்றது. இரவு அனைவரும் காவலுக்கு இருக்கவேண்டும். திருடன் எத்தனை மணிக்கு எப்படி வருவானென்று யாருக்குத் தெரியும்? இரவு உணவு முடிந்து இடைப்பாடு புனித சவேரியார் கோயிலுக்குப் பக்கத்தில் அனைவரும் கூடினார்கள். மொத்தம் எட்டுபேர் கோயிலுக்கு அருகில் அமர்ந்திருந்தார்கள். மெல்லியதாக அலையோசை கேட்டுக்கொண்டிருந்தது. கடைசி பஸ்ஸும் போய்விட்டது. புனித சவேரியார் இவர்களுக்கு காவலுக்கிருந்தார். இரண்டு மணிவரை சீட்டு விளையாடினார்கள். அசதியில் சிலர் தூங்கிவிட்டார்கள். இருவர் மட்டும் வெற்றிலைப்பாக்கை மென்றுகொண்டு பேசிக்கொண்டிருந்தார்கள்.

"என்ன விட்டறு, நீ இப்போ மண்ணெண்ண வாங்குததில்லயா?"

"நான் எதுக்கு வாங்கணும்? எனக்க வீட்டிலி ரெண்டுதடவ மண்ணெண்ண களவு போயாச்சு. சப்சீடி மண்ணெண்ண இருவத்தஞ்சு ரூவா. நல்ல மலிவுதான்."

"பின்ன என்னோ?"

"ஒரு கணக்கு போட்டுபாரு. வெளி மார்க்கட்டில மண்ணெண்ண எத்ற ரூவா?"

"அறுவது எளுவது, மிஞ்சிமிஞ்சிப் போனா எளுவத்தஞ்சு"

"நான் எனக்க அவசரத்துக்கு எளுவத்தஞ்சு கொடுத்தாக்கும் வாங்குதது. நம்ம வெள்ளக்களறு மண்ணெண்ண"

"மனசிலாவல்ல."

"நாம இருவத்தஞ்சு ரூவாலுக்கு சப்சீடி மண்ணெண்ண வாங்குதோம். அது களவுபோறு. அந்தக் களவுபோன மண்ணெண்ணய எளுவத்தஞ்சு ரூவாலாட்டு நமக்கு அவனுவ விக்குதானுவ. அப்போ ஆக மொத்தம் ஒரு லிட்டறுக்கு நாம நூறு ரூவாலாக்கும் கொடுக்கது. இப்போ மனசிலாச்சா?"

"லேய் ஓமில. நான் இப்படி யோசிக்கல்ல. ஒரு லிட்டறு மண்ணெண்ண நூறு ரூவா" வெற்றிலைப் பாக்கு எச்சிலைத் துப்பிக்கொண்டு சொன்னார்.

“நீயெல்லாம் எப்போ யோசிச்ச?” என்று சொல்லிக் கொண்டிருக்கும்போது, “கள்ளன் வந்தாச்சு, கள்ளன் வந்தாச்சு” என்று ரூபன் ஓடிவந்தான்.

“எங்கு? செத்தமிடாத, ஓடிக்களயுவானுவ.”

“தோ, அந்த இடுக்கிலி ஜீப்பு நிக்கிது.”

“டோய், எல்லாரும் எளும்பு. தாட்டாம்மாரு வந்தாச்சு.”

“எங்கு, விடாத, பிடி, பிடி” என்று அனைவரும் எழும்பி ஜீப்பைத்தேடி ஓடினார்கள். ஜீப்பினுள் ஆறுபேர் பம்மியிருந்தார்கள்.

“டேய் எறங்குங்கடா வெளியில” ஜீப்பைத் தட்டிக்கொண்டு சொன்னார்கள்.

“அங்க நில்லுங்கடா. எங்கள தொட்டா காரியம் வேற” ஜீப்பிலிருந்தவர் சொன்னார்.

“கக்க வந்தவனுக்க தன்றேடத்தப்பாரு. எறங்குங்கல ஜீப்பணும். அவுங்க தமிளக அரசு. வாயிலி வேற ஒண்ணும் வரல்ல.”

“நாங்க அரசதிகாரிகளாக்கும். இந்தப் பக்கத்தில திருட்டு மண்ணெண்ண இருக்கெண்ணு தகவல் வந்தது.”

“எறங்கி வாடா. எந்த வீட்டில? தகவலு சொன்னதாரு?”

“அது உங்களுக்கெதுக்கு?”

“நீ யாரடா?”

“நான் ஆர்டிஓ. இவரு வில்லேஜாபீசர்.”

“நீயெல்லாம் கள்ளம்மாரு. சும்மா தமிளக அரசெண்ணு ஜீப்பில பேர ஓட்டிவெச்சிட்டு வந்திருக்க.”

“எங்களத் தொட்டா நாங்க போலீசக் கூப்பிடுவோம்.”

“போலீச விளியடா. தைரியமிருந்தா விளியடா. செரி நீங்க ரெண்டுபேரும் ஆப்பீசறுமாரு. இதா பெறக்க இருக்க இவனுவ மூணுபேரும் ஆரு? அவனுவள எறக்கடா வெளியில. எறக்கடா வெளியில” ஜீப்பினுள் மூன்றுபேர் குனிந்து பதுங்கியிருந்தார்கள். இருட்டில் அவர்களைத் தெளிவாகத் தெரியவில்லை.

“டோய், இது கள்ளம்மாருதான். போலீச விளி. போலீச விளி.”

“இதா போணு, நீதான் போலீச விளி.”

“எனக்க கை வெறச்சுது. நான் விளிக்கல்ல. நீதான் விளி” என்று சொல்லிக்கொண்டிருக்கும்போது டிரைவர் ஜீப்பை ஸ்டார்ட் செய்து அதிவிரைவில் வண்டியை பின்னோக்கி எடுத்தான்.

“டேய், ஆளு ஆளு. தூர வெலவுங்கல” பின்னால் நின்றவர்கள் விலகியதும் ஜீப் சுவரில் உரசிச்சென்றது. ரோட்டில் சென்றதும் முன்னோக்கி விரைந்தது.

“டோய், விடாதல பிடி பிடி” ஓடிக்கொண்டிருந்த ஜீப்பை ஒரு சிறுவன் எட்டிப்பிடித்தான். அனைவரும் வண்டியின் பின்னால் ஓடினார்கள்.

“அமுக்கி, நீ வண்டிய விடுல, விடுல” சிறுவன் விடவில்லை. ஜீப் அங்குமிங்குமாக ஓடியது. ரோட்டோரத்திலிருந்த கல்லில் மோதியதும், டிரைவர் வண்டியைத் திருப்பிக்கொண்டு வந்தான். சிறுவன் தொங்கிக்கிடந்தான். அவன் ஜீப்பை பலமுள்ளமட்டும் பிடித்தான். ஜீப் அவனது பிடிக்கு நிற்குமென்றே அவன் நம்பினான். ஆனால், அவனது கால் ஜீப்பின் படிக்கட்டில் இருந்தது.

“அமுக்கி லேய், விடு, விடு. எல்லாவனும் மாறுங்கல. நம்ம மேல ஏத்துவான்” ஓராள் வசமாக சிறுவனின் இடுப்பைப்பிடித்து தூக்கியெடுத்தார். ஜீப் விரைந்துசென்று மறைந்தது. மூச்சிரைக்க அனைவரும் ஓடிவந்தார்கள்.

“நாம அவனுவள விட்டிருக்கப்பிடாது.”

“பின்னல்லாம, போலீச விளிச்சிருக்கணும்.”

“இதா இந்த சட்டம்பிகிட்ட சொல்லு. போலீசெண்ணா அவனுக்க கை வெறச்சுதாம்.”

“இண்ணு போட்டு. இனியும் ஒருநாளு இவனுவள பிடிகிட்டாதையா இருக்கும். நான் நெரிச்சு வெச்சுவேன். செரி, என்னசெய்ய? நமக்கு தொளிலுக்கு நேரமாச்சு கடப்புறத்து போலாம்.”

நெடுநேரம் சத்தமிட்டு ஞாயம் பேசிவிட்டு கூட்டம் கலைந்து சென்றது. அடுத்தநாள் செய்தித்தாளில் மண்ணெண்ணெய் ரெய்டு சென்ற ஆர்டிஓ மற்றும் தாசில்தாரை தாக்கிய மீனவக்கும்பல். ஆறுபேர் மீது கொலை முயற்சி, பணிசெய்ய தடுத்தல், கடத்தல் ஆகிய அனைத்து செக்சன்களிலும் வழக்குகள் போடப்பட்டிருந்தது. இதில் ஒன்பதுபேர் கண்டாலறியும்புள்ளிகள். இந்த கண்டாலறியும் புள்ளியாக யாரை வேண்டுமானாலும் பிடிக்கலாம்.

அதன்பிறகு இடைப்பாடு கிராமத்தில் இளைஞர்களும் பெரியவர்களும் தலைமறைவாக இருந்தார்கள். பகலில் யாரும் வெளியில் வருவதில்லை. இரவில் மட்டும் கடலோரத்தில் பதுங்கியிருந்தார்கள். போலீஸ் எப்போது வேண்டுமென்றாலும் ஊரினுள் வந்து யாரை வேண்டுமென்றாலும் கைதுசெய்யலாம். சிறுவர்களும் பெண்களும் விதிவிலக்கு.

இரவுநேர சாப்பாட்டிற்கும் ஆண்கள் வீட்டினுள் வரவில்லை. பெண்கள் கடற்கரையில் உணவை கொண்டுசென்று கொடுத்தார்கள். உறக்கமில்லாத இரவுகள். சிறைச்சாலையிலிருந்து தப்பிய கொலைக்குற்றவாளிகள், தூக்குத்தண்டனை கைதிகள்கூட இவ்வளவு பதற்றத்தில் இருக்கமாட்டார்கள். இடைப்பாடு கிராமமே பதட்டத்தின் உச்சிநுனியிலிருந்தது.

திடீரென்று, "போலீஸ், போலீஸ்" என்று தூரத்திலிருந்து ஒரு கதறல் கேட்டது. சிலுவையில் தொங்கும் ஏசுவின் கடைசி விளி. "போலீஸ், போலீஸ்" கிராமம் முழுவதும் எதிரொலித்தது. திரும்பிப் பார்க்காமல் ஆணும் பெண்ணும் கடலில் சென்று விழுந்தார்கள். சுனாமியைக்கண்டு கரையைத்தேடி ஓடிய மக்கள் அதேயளவு உயிர் பயத்துடன் கடலில் சென்று விழுகின்றார்கள். மனித மீன்களை லத்தித் தூண்டில்கொண்டு பிடிக்கவரும் போலீஸ். நாதியற்றவர்கள், நாதனில்லாதவர்கள், தங்களுக்கென்று குரலில்லாதவர்கள். கடற்கரை முழுவதும் ஒரே பரபரப்பாக இருந்தது. யுத்தத்தில் தோல்வியுற்று மிஞ்சிய மக்களின் மனநிலை. இந்த அரபிக்கடலை நீந்தி மறுபக்கம் கடந்துவிடவேண்டும். சிலர் நீந்தினார்கள். தூரத்தில் கிடந்த கட்டுமரத்திலும் வள்ளத்திலும் ஏறி உட்கார்ந்தார்கள். பெண்களும் குழந்தைகளும்?

"டோய், நான் ஒண்ணு சொல்லுதேன். தப்பாட்டு எடுக்கக் கூடாது. கரமடி வள்ளங்கள கடலில ஏறக்கலாம்."

"இதில என்ன தப்பிருக்கு?"

"ஆணும் பெண்ணும் வள்ளத்தில ஏறி கடல்ல கெடக்கலாம்."

"பெண்ணுங்களையும் கொளந்தமக்களயும் புதிய வள்ளத்தில ஏத்தணும்" தூரத்தில் ஒரு வள்ளம் கடலில் புறப்பட்டுச்சென்றது.

"இந்த நேரத்தில அவனுக்க சேலப்பாரு. புதிய வள்ளவும், பளய வள்ளவும். கையிலி கிட்டுத வள்ளங்கள ஏறக்கிவிடு."

"வள்ளம் மறியப்பிடாது. ஒரு வள்ளத்தில இருவது ஆளுக்கு கூடுதலாட்டு ஏத்தாத. குடும்பம் குடும்பமாட்டு ஏத்து."

“நீ சும்மா இரியில. அவனுக்க பேச்சக் கண்டில்லயா” பலரும் பலவிதங்களில் தங்கள் அபிப்ராயங்களை சொல்லிக் கொண்டிருந்தார்கள்.

ரூபன் எலிசபத்தின் பக்கத்தில் நின்றிருந்தான். அவனது உடல் காய்ச்சலில் நடுங்கிக்கொண்டிருந்தது. அதிரடிப்படை பூட்ஸ்களின் சத்தம் நெருங்கி வந்தது. ஒரு வள்ளம் கடலில் சென்றது. தூரத்தில் இரண்டு உருவங்கள் இரண்டு கன்னாசுகளை இழுத்துக்கொண்டு வந்தது.

“அம்மா அங்கப்பாரு, ஆத்தாளும் போத்தியும்”

“ஐயோ, எனக்க பரிசுத்த பிதாவே” என்று எலிசபத் தன் மார்பில் இரண்டு கைகளாலும் அடித்துக்கொண்டு அழுதாள்.

“ஐயோ சித்தியே, நீங்க கன்னாச விட்டிண்டு ஓடுமி. அத அவனுவ கொண்டுபோட்டு. நீங்க ஓடி ரெச்சப்படுமி.”

“கிளாறா, நீ விடாத. இழுத்திண்டு போ. ஒண்ணுகூட வீட்டில இருக்கு. அதயும் எடுத்திட்டு வாறேன்” கிளாறாவின் கணவர் சொன்னார். மீதியை கடற்கரையில் ஒரு கட்டுமரத்தில் ஏற்றியிருந்தார். கிளாரா கன்னாசை தரதரவென்று இழுத்துக்கொண்டு கடற்கரைக்கு ஓடினார்.

“டேய் ஓடாத” அவர்கள் அருகில் வந்துவிட்டார்கள். பல நாய்கள் குரைத்தது. கோழிகள் வீட்டுக்கூரைமீது கூவிக்கொண்டு பறந்தேறின. ஒரு பன்றி அங்குமிங்கும் பதறி ஓடி கடைசியில் ஒரு இடுக்கில் குறுக்காகப் பாய்ந்து சென்றது. எலிசபத்தின் வீட்டிலிருந்த கடைசி கன்னாசையும் தூக்கிக்கொண்டு பெரியவர் கடற்கரை நோக்கி ஓடினார். தூரத்திலிருந்து லத்தியொன்று பெரியவரின் காலிடுக்கை குறிபார்த்து சீறிப்பாய்ந்து வந்தது.

4

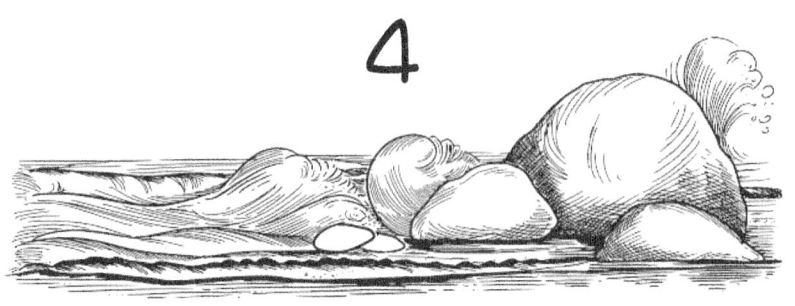

லோண்

தாவீது தனது ஃபைலையும் எடுத்துக்கொண்டு வெளியில் கிளம்ப தயாராகிக்கொண்டிருந்தான். வங்கியில் கேட்ட சான்றிதழ்களை ஒவ்வொன்றாக ஃபைலில் சரிபார்த்து அடுக்கினான். வீட்டுக்கரம், பட்டா, சிட்டா, பான் கார்ட், ஆதார், பாஸ்போர்ட், கல்லூரி அனுமதி சான்றிதழ், கட்டண விவரங்கள்.

“மக்கா, இண்ணெங்கிலும் செரியாவுமா?”

“செரியாவும். நீங்க பேடிச்சாத இருங்க. காலேஜில சேர இனியும் ரெண்டுமாசம் இருக்கு. அதுக்குள்ள கிட்டும். மூணு லச்ச ரூவா லோணு தராமலா இருப்பாங்க.”

“மூணு லச்சத்த நாம கனவிலயும் நெனச்சுப் பாக்க முடியாலும் மக்கா. நிங்க அப்பன், இருந்த எடத்த எவனுக்கோ எளுதிக் கொடுத்தாச்சு. இந்த வீடு மட்டுந்தான் மிச்சம். நீ இந்தப் பேங்கில அலஞ்சு கொறச்சு நாளாச்சு.”

“காலங்காத்தால வல்லதும் சொல்லாத சும்மாயிருமி. லோணு கிட்டும். நான் போறேன்” தாவீது ஆற்றைக் கடந்து வங்கி நோக்கி நடந்து சென்றான். வங்கியினுள் சென்றதும்தான்

ஞாபகம் வந்தது. வங்கிக்கடன் விண்ணப்பத்தை வித்யாலக்ஷ்மி வலைத்தளத்தில் ஏற்றச் சொல்லியிருந்தார்கள். பக்கத்திலிருந்த கணினி மையத்தில் சென்று வித்யாலக்ஷ்மி வலைத்தளத்தில் ஏற்றிவிட்டு, விண்ணப்பப் படிவத்தின் ஒரு நகலையும் எடுத்துக்கொண்டு வங்கிக்கு வந்தான்.

வங்கியில் கூட்டம் அதிகமாக இருந்தது. வாடிக்கையாளர்கள் கவுண்டரை மொய்த்துக்கொண்டிருந்தார்கள். தாவீது மேனேஜரைப் பார்க்கும் வரிசையில் நின்றிருந்தான். அவனோடு வந்தவர்கள் வேலைமுடிந்து சென்றுகொண்டிருந்தார்கள். கால் மாற்றிமாற்றி ஊன்றி நின்றிருந்தபோது ஒரு இருக்கைக் கிடைத்தது. கூட்டம் ஓய்ந்து, அவனது முறை வந்தபோது, மேனேஜரின் அறையினுள் சென்றான்.

“தாவீது, டாக்குமென்ஸ் சரியா இருக்கா?”

“நீங்க கேட்ட எல்லாம் இருக்கு. லோணு இண்ணைக்கு சரியாகுமெண்ணு சொன்னீங்க.”

“வித்யாலக்ஷ்மி?”

“இதா, அதனுடைய ஒரு காப்பி.”

“அப்ளை பண்ணல்லயே?”

“இல்ல சார். அப்ளை பண்ணல்ல. அப்ளிகேஷன் மட்டும் கிரியேட் பண்ணினேன்.”

“குட். இனி ரீஜனல் மேனஜர் அப்ரூவ் பண்ணணும். அவரு போனவாரம் லீவில போயிருந்தாங்க. இண்ணைக்கு உங்க ஃபைல பார்க்கலாமென்று சொல்லியிருந்தார். ஒரு நிமிசம்” என்று சொல்லிக்கொண்டு மேனேஜர் பெல்லை அழுத்தினார்.

“என்ன சார்?” அசிஸ்டண்ட் வந்து கதவைத் திறந்தார்.

“ஏப்பா அந்த துபாய் பார்ட்டியோட ஹவுசிங் லோண் ஃபைல சரிபார்த்து, அத முடியுங்க.”

“சரிங்க சார்.”

“அப்புறம் அந்த கத்தார் பார்ட்டியோட என்ஆர்ஐ அக்கவுண்ட ஆக்டிவேட் பண்ணுங்க. அந்தாளு ஏதோ பிக்சட் டெபாசிட் போடறதா சொன்னாரு. கொஞ்சம் கவனமா டீல் பண்ணுங்க”

“அத நேற்றைக்கே ஆக்டிவேட் பண்ணியாச்சு சார்”

54 | பனிக்கடல்

"அப்போ எதுக்கு அந்த ஆளு சும்மா வீட்டில இருக்கவிடாம போன் பண்ணிட்டிருந்தாரு?"

"நான் அவருக்கு ஒரு மெயில் அனுப்புறேன் சார்" தாவீது இருவரையும் மாறிமாறிப் பார்த்துக்கொண்டிருந்தான்.

"சார், நான் ஒம்பது மணிச்சு வந்தேன். இப்போ மணி பதினொண்ணு."

"நீ நில்லுப்பா, விஜய் அந்த லீலாகிட்ட தெளிவா சொல்லிடுங்க, லாக்கறில இருக்க உருப்படிகளுக்கு இன்சூரன்ஸ் கிடையாதண்ணு. களவுபோச்சுன்னா நம்ம மூஞ்சிய பரண்டக்கூடாது."

"ஓகே சார்."

"என்ன சொன்னீங்க தாவீது? ஆமால்ல, நான் காலத்த ஏழு மணிச்சு வந்தேன். ராத்திரி எட்டு மணிவரை இங்கதான் நான் இருக்கணும். தாவீதுக்க மேட்டர மட்டும் பாத்தா போதுமா?"

"நீங்க சொல்லுவதும் ஞாயந்தான். இது தெரிஞ்சண்ணா நான் எனக்க உச்சைக்கொள்ள சாப்பாட இங்க கொண்டுவந்திருப்பேன்."

"என்ன நக்கலா? ஏய் ஷண்ணு, ஷண்முகப்பிரியா"

"சார்"

"அந்த அமெரிக்கா பார்ட்டி, கோல்டு லோண கொஞ்சம் அதிகமா கட்ட ஆரம்பிச்சிருக்காங்க. அந்த ஆளோட, மூணு கோல்டு லோணயும் ஒண்ணா சேத்து ஒரே லோணாக்கிடுங்க."

"எதுக்கு சார்?"

"இதெல்லாம் சொல்லணுமா? அந்த ஆளுக்கு மூணு லோணு தனித்தனியா இருக்கு. ஒண்ணு மூணு லட்சம், இன்னொண்ணு நாலு லட்சம், மூணாவது எட்டு லட்சம். சின்ன லோண அதிகமா கட்ட ஆரம்பிச்சிருக்காரு. இன்னும் ரெண்டுமூணு மாசத்தில மூணு லட்சம் லோண குளோசாக்கி, ஜ்வல்ஸ ரிலீஸ் பண்ணிடுவாரு. மூணயும் ஒண்ணாக்கினா, லோணு லோணாட்டு இருக்கும். புரிஞ்சதா?"

"சரி சார்."

மேனேஜர் கண்ணாடியை இறக்கி, என்னிடம் "நீ சொல்லப்பா"

"இந்த மூணு லச்சம் லோனுக்கு இத்ற கெடுபிடி எதுக்கு?"

"தாவீது, இது தேசிய வங்கி. இங்க எல்லாத்துக்கும் ஒரு வரைமுறை இருக்கு. நான் உனக்க லோான சாங்க்ஷன் பண்ணினாலும், மேலிடம் அத கேன்சல் பண்ணலாம்."

"அது எங்க இருக்கு?"

"குளித்துறையில ஒண்ணு இருக்கு. அதுக்கு கை அரிப்பெடுத்தா, அதுக்க லேப்டாப்பில உக்காந்து எல்லா அப்ளிகேஷனையும் கேன்சல் பண்ணிப்போடும். அதுக்கப்பெறகு, நாங்க உங்ககிட்ட இருந்து கெட்டவார்த்த கேக்கணும்."

"சே, சே, அப்படியெல்லாம் நான் பண்ணமாட்டேன்."

"இதா சொல்லி முடியல்ல, உனக்கு ஒரு நோட்டு வந்திருக்கு."

"யோவ், என்னையா பேங்கு நடத்தறீங்க?" வெளியிலிருந்து ஒருவர் கதவைத் திறந்து சீறிப்பாய்ந்து வந்தார்.

"என்னங்க சார்?"

"நான் எட்டு லட்சம் ரூபா கனடாவுல இருக்க எனக்க தங்கச்சிக்கு அனுப்பினேன். அதுக்கு நாப்பத்தி ஐயாயிரம் ரூபா என்னோட அக்கவுண்டனும் பிடிச்சிருக்கீங்க? என்ன, பேங்க குளோஸ் பண்ணிட்டு வெளிநாட்டுக்கு தப்பி ஓடப்போறீங்களா?"

"சமாதானப்படுங்க சார். பரிகாரம் கண்டத்தலாம்."

"என்ன பரிகாரம்? எனக்க பணத்த எனக்க அக்கவுண்டில ஒடனத்தானே போட்டாகணும்."

"சார், இது தேசிய வங்கி. இங்க எல்லாத்துக்கும் ஒரு வரைமுறை இருக்கு."

"பொதுமக்களோட பணத்த கொள்ளையடிப்பதிலுமா உங்களுக்கு வரைமுறை இருக்கு?"

"சார், எங்களுக்கு மேலிடத்திலிருந்து மெமோ வந்திருக்கு. வெளிநாட்டுக்கு அனுப்பற பணத்தில ஐந்து சதமானம் டாக்ஸ் பிடிக்கச்சொல்லி உத்தரவு. உங்க அக்கவுண்டு புக்க தாங்க."

"ஏன், மிச்சமிருக்க காசையும் பிடுங்கணுமா?"

"அக்கவுண்ட சரிபாக்கட்டும். அதாக்கும் சங்கதி. சரியாத்தானே இருக்கு. டாக்ஸ் பிளஸ் சர்வீஸ் சார்ஜ், பின்ன டாலர் பீஸ். நெட்டா நாப்பத்தி ஐந்தாயிரம்."

"என்ன நொட்டாயிராம். யோவ், நான் எனக்க வீட்டில உக்காந்து உங்க இன்கம் டாக்ஸ் சட்டங்கள படிச்சேன். இதப்

படிக்கத்துக்கு பதிலா நான் ஐஏஎஸ் பரிச்ச எழுதியிருந்தேண்ணா பாஸாகியிருப்பேன். முதல் ஏழு லட்சத்துக்கு வரி கெடயாது. ஏழு லட்சம் போக, மீதிப் பணத்துக்குத்தான் வரிக் கொடுக்கணும். நான் எட்டு லட்சம் அனுப்பினேன். ஏழு லட்சத்துக்கு வரிக் கெடயாது. மிச்சம் ஒரு லச்சத்துக்குத்தான் அஞ்சு பெர்சண்டு வரி. அஞ்சாயிரம் ரூபா" ஐந்து விரலையும் மாவுபிசைவதுபோல் அசைத்துக்காட்டினார்.

"சட்டத்தில அப்படிச் சொல்லியிருக்கா?"

"என்ன சட்டத்தில நொண்ணியிருக்கா? சட்டத் திட்டங்களப் படிக்காம நீங்களெல்லாம் எப்படிப் பேங்கு நடத்துதீங்க?"

"சார், இது தேசிய வங்கி. இங்க எல்லாத்துக்கும் ஒரு வரைமுறை இருக்கு. நான் மேலிடத்தில கேட்டுச் சொல்லுதேன்."

"யோவ், நிறுத்தியா உங்க மயிரு வரமுறைய. எனக்க வாயணும் ஒண்ணும் கேக்காம. என்னோட பைசா திருப்பிக் கிட்டியாகணும்."

"சார், இதில ஒரு சின்ன சிக்கல் இருக்கு"

"என்னது? சிக்கலா?"

"ஆமா, நீங்க பணம் அனுப்பும்போது இருந்த மேனேஜர் வேற ஊருக்குப் போயிட்டாரு. அவருதான் கல்கட்டா ஆப்பீச தொடர்புகொள்ளணும்"

"கல்கட்டா இங்க எப்படி வந்தது?"

"அதுதான் ஹெட் ஆஃபீஸ்"

"எதுக்கு? உங்க கொள்ளைக்கூட்டத்துக்கா?"

"சார், இது தேசிய வங்கி. இங்க எல்லாத்துக்கும் ஒரு வரைமுறை இருக்கு. அதுப்படிதான் செய்யமுடியும்"

"பேச்ச நிறுத்தடா, நீயும் நிக்க வரைமுறையும். எனக்க பைசா ஒடனத்தானே கிட்டியாகணும்."

"கோபப்படாதீங்க சார். நாளைக்கு வாங்க. நான் எங்க ரீஜனல் மேனேஜர்கிட்ட பேசிட்டுச் சொல்லுதேன்."

"அது எங்க இருக்கு?"

"குளித்துறையில ஒண்ணு இருக்கு."

"இது கடல்ல கஷ்டப்பட்டு உண்டாக்கின காசு. இந்த டாக்ஸூம் மயிரும் எங்களுக்குத் தெரியாது. பணம் திருச்சு கிட்டணும்."

"சார், நாளைக்கு வாங்க சார். சரி பண்ணிடலாம்."

"நாள கடல்ல தொழிலுக்குப் போகாம இங்க வரணுமா? சரி, வாறேன்" என்று சொல்லிக்கொண்டு, அவர் அறையை ஒருமுறை நோட்டமிட்டுக்கொண்டு வெளியில் சென்றார்.

"கிட்டுமா சார்" - தாவீது.

"எது?"

"அவருக்க பணம்"

"அது கெணத்தில போட்ட கல்லு. அடுத்த வர்ஷம் டாக்ஸ் ரிட்டன் ஃபைல் பண்ணித்தான் வாங்கணும். நாளைக்கு போலீஸ் ப்ரொட்டக்ஷன் போடவேண்டியதுதான்."

"கடல் வருமானத்துக்கு வரி கிடையாதே?"

"யோவ், வாய தெறக்காதய்யா. தாவீது, உனக்க லோன் எல்லாம் சரியாச்சு, ஒரு சின்ன நோட்டு மட்டும் இருக்கு."

"என்னது?"

"உன்னுடைய பாஸ்போட்டில என்ஓசி சீல் அடிக்கல்ல. அத சரிபண்ண சொல்லியிருக்கு"

"என்னது? என்ஓசியா? நான் படிக்கப்போறது பெங்களூரில. அதுக்குப் பாஸ்போர்ட்டு எதுக்கு? ஆதார் கேட்டீங்க, அதுக்கப்பெறகு பான் கார்டு. ரெண்டும் தந்த பெறகு பாஸ்போர்ட்டு, இப்போ என்ஓசி. சார் அது இல்லாம இருக்கது உங்களுக்குத்தானே நல்லது."

"எப்படி?"

"நான் வெளிநாட்டுக்குத் தப்பிப் போகமாட்டேனே"

"அதுவும் சரிதான். மேலிடம் யோசிக்காம அடிச்சுவிட்டிருக்கு, தாவீது. நான் மேலிடத்தில கேட்டுச் சொல்லுதேன். நாளைக்கு ரெண்டுல ஒண்ணு தெரியும்"

"நாளைக்கா? ஐயோ சார், எங்க அம்மா தற்கொலை பண்ணிப்போடும். இந்த லோன் இல்லண்ணா என்னால படிக்க முடியாது சார்."

"பயப்படாம இருடே. இண்ணைக்கு சாயங்காலம் நான் போன் பண்ணி சொல்லுதேன். நீ சமாதானமா வீட்டுக்குப் போ."

தாவீது வீட்டுக்கு ஆற்றோரம் வழியாக நடந்து வந்தான். தென்னை நிழலில் காற்று மென்மையாக வீசியது. ஆறு பாசியால் நிரம்பி பச்சை சேலைபோல் நீண்டுகிடந்தது. குழித்துறை ஆற்றில் நீர்வரத்து இருக்கும்போது, ஏவிஎம் கால்வாயில் வெள்ளம் பெருக்கெடுத்து ஓடும். ஆற்று வெள்ளத்தில் எதிர்நீச்சலடிப்பது ஒரு சிறந்த உடற்பயிற்சி. லோண் கிடைக்குமா? கிறைஸ்ட் யூனிவர்சிட்டி, பெங்களூர். எம்எஸ்டபிள்யூ. இந்தப் படிப்பிற்கும் லோண் எடுத்துப் படிப்பதாகச் சொன்னால் யார்தான் நம்புவார்கள்? வீட்டிலிருந்து ஐந்து பைசா கிடைக்காது. பொருளறிந்து முயற்சி செய்திருக்கலாமோ? எம்எஸ்டபிள்யூ ஒரு கனவு. லோண் கிடைக்காதென்றால் முதலிலேயே சொல்லியிருப்பார்கள். ஆற்றுக்கடவில் வெள்ளம் தெளிந்து கண்ணாடிபோல் கிடந்தது. சிறிய கருத்த திலேப்பியா மீன்கள் தண்ணீருக்கு வெளியில் தலைநீட்டி வாயைத் திறந்து மூடிக்கொண்டிருந்தது. சிறிதுநேரம் தண்ணீரில் காலை நனைத்துக்கொண்டு நின்றான். துணித் துவைக்கும் கல்லில் ஆற்றுமண்ணை காலால் வாரிப்போட்டு, பின்னங்குதிகால் சிவக்கும்வரை, கால்பாதத்தை உரைத்து தேய்த்துக் கழுவினான். வலதுகாலை கல்லில் தேய்த்துக்கொண்டிருந்தபோது இடதுகாலில் திலேப்பியா கொத்தியது. கூச்சத்துடன் கல்லின்மீது ஏறி நின்றான்.

தற்செயலாக போனை எடுத்துப் பார்த்தான். இரண்டு அழைப்புகள் வங்கியிலிருந்து. திருப்பி அழைத்தபோது பிசியாக இருந்தது. திரும்பிப் போகலாமா? காலையிலும் சாப்பிடவில்லை. தளர்வாக இருந்தது. பசியில் வயிறு எரிந்து சாம்பலாகி கசிந்துருகியது. ஆற்றுக்கடவில், தென்னைமர நிழலில் சிறிதுநேரம் உட்கார்ந்தான். அண்ணாந்து பார்த்தபோது, இளநீர் குலைகள் தொங்கிக்கிடந்தது. தென்னையில் ஏறி, இளங்காயை திருகி கீழேபோட்டு, உடைத்து, இளநீர் குடித்துக்கொண்டிருப்பதாக யோசனை செய்துகொண்டிருக்கும்போது மீண்டும் அழைப்பு வந்தது.

“ஹலோ”

“தாவீது, நான் மேனேஜர் பேசறேன்”

“சொல்லுங்க சார்”

“ரீஜனல் மேனேஜர்கிட்ட பேசினேன். அரசாங்கம் புதுசா ரூல் போட்டிருக்காம்”

“என்னது?” என்றபோது தாவீதின் வாய் திறந்திருந்தது.

“வெளிநாட்டில இருக்க இந்தியக்காறங்க இந்தியாவில படிக்கறதுக்கும், இந்தியாவில இருக்கவங்க வெளிநாட்டில படிக்க மட்டுந்தான் கல்விக்கடன் கொடுப்பாங்களாம்”

“அப்படின்னா?”

“வெளிநாட்டில் இருக்கும் இந்தியர்கள் வெளிநாட்டில் படிக்கவும், இந்தியாவில் இருக்கும் இந்தியர்கள் இந்தியாவில் படிக்கவும் கல்விக்கடன் கிடையாது.”

“சார், சார், அப்படிச் சொல்லாதீங்க. நான் அங்க வாறேன். சார் பிளீஸ்” என்று சொன்னபோது அழைப்புத் துண்டிக்கப்பட்டிருந்தது.

ஓடினான். டீலக்ஸ் செருப்பு அறுந்துபோவதுபோல் இருந்தது. செருப்பை கையிலெடுத்துக்கொண்டு ஓடினான். கடைசிவரி மந்திரம்போல் தாவீதின் காதில் ரீங்காரமிட்டுக்கொண்டிருந்தது. இந்தியாவில் இருப்பவர்கள் இந்தியாவில் படிக்க லோன் கிடையாது. அப்போ, இந்த லட்சம் கோடிக் கல்விக்கடன் யாருக்கு? கடைசி ஐந்து நிமிடம். ஒரு கோல் போட்டால் செமிபைனலுக்கு நுழைந்துவிடலாம். நடக்க முடியாமல் விழுந்து கிடந்தாலும் எழும்பி ஓடவேண்டும். மைதானத்தைச் சுற்றிலும் இருக்கும் நமது ஊர் மக்களின் உற்சாகம், வெறி நம்மிலும் பற்றிக்கொள்ளும். வாந்திவரும். பல்லைக் கடித்துக்கொண்டு பந்தை எடுத்து உருட்டிக்கொண்டு ஓடு. ஓடினான். உச்சைவெயிலில் வியர்த்துக்கொட்டியது. தென்னை நிழலில் நின்று, ஃபைலை காலிடுக்கில் வைத்துக்கொண்டு தலையை இரண்டு கைகளாலும் கோதினான். குளித்ததுபோல் வியர்வை. முடியைப் பின்னால் வழித்துவிட்டுக்கொண்டு மீண்டும் ஓடினான். வங்கி வாசலில் கிரில் பாதி மூடியிருந்தது. குதித்து உள்ளேறினான். இப்போதும் ஆட்கள் உள்ளே நின்றுகொண்டிருந்தார்கள்.

“சார்?” என்று சொல்லிக்கொண்டு மேனேஜரின் அறையினுள் சென்றான்.

“இது மேலிடத்து உத்தரவு. எனக்குச் சொல்ல ஒண்ணுமில்ல.”

“நான் இந்த மூணு லட்சத்துக்கு, பத்துப்பதினாயிரம் ரூபா செலவு செய்தாச்சு. வக்கீலுக்கு எட்டாயிரம், அப்பிளிகேசனுக்கு, போக்குவரத்து அது இதண்ணு. இப்போ சொல்லுதீங்க தரமுடியாதெண்ணு. சார், நேரமே ஒரு எட்டு லட்சம் கேஸ் ஒண்ணு வந்ததே, அதுமாதிரி ஒரு பத்து ஆளுக உங்களுக்கு அகப்படாமலா இருக்கும். ஆளுக்கு முப்பதாயிரம் வெச்சு மூணுலச்சம் ஈஸியா எனக்குத் தரலாமே?”

"தாவீது, தப்பா எடுக்காத. நாங்க எங்க எஜமானர்கள் எங்களுக்குப் போடுத கட்டளய நிறைவேற்றுத அடிமை ஆட்கள். எங்களுக்கெண்ணு தனியா உணர்ச்சியோ, ஆசாபாசமோ இந்த தொழிலுல கிடையாது. எங்க மேலதிகாரி சொல்லுவத நாங்க செய்யணும். கிட்டத்தட்ட ஒரு ரோபோ. ரோபோண்ணு நான் கொறச்சு பாளிஷா சொல்லுதேன். அதுக்க அர்த்தம் வேற."

"மேலிடமெண்ணு சொல்லாதீங்க சார். அது பச்சக் கெட்டவார்த்த மாதிரி எனக்குக் கேக்குது. சட்டப்படி ஏழுலட்சம் வரைக்கும் எந்த கேரண்டியும் இல்லாம கல்விக்கடன் கொடுக்கலாமே?" வலுவிழந்து தாவீது கேட்டான்.

"சட்டத்தில் அப்படிச் சொல்லியிருந்தாலும், முடிவெடுக்கும் உரிமை அந்தந்த வங்கிக்குத்தான் உண்டு. ஷண்ணு, அங்கு என்ன சத்தம்?"

"சார், வலை லோணுக்கு ஒருத்தர் வந்திருந்தாரே?"

"ஆமா, அந்த வலையை வைத்து தொழில் செய்யும் வள்ளம், கட்டுமரம் ஆகியவற்றின் பட்டா, பிரமாணம் இதையெல்லாம் கேட்டிருந்தோமே?"

"சார், கட்டுமரத்தின் சிட்டாவையும் அவரு கொண்டுவந்திருக்காரு சார்!!!"

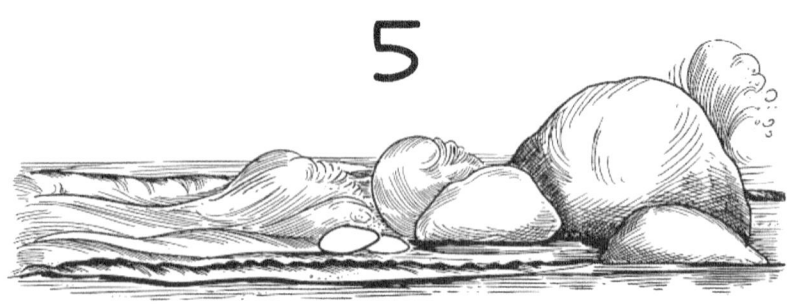

5

தீயெறும்புகள்

எங்க அம்மாவுக்கு இப்போ நாங்க நாலு மக்க. கூடுதலும் கொறவும் இனியும் அடுத்த வர்ஷம் தெரியும். மூத்த மூணும் பெண்ணு. கடைசி ஆணு. எங்க அம்மா காலத்த மீனு விக்க கடயில போயிட்டு, ராத்திரி நேரத்தில வீட்டுச் சாதனங்கள வாங்கிட்டு வரும். எங்க அப்பா மேக்க, கொச்சியில தொழிலுக்குப் போயிருக்கு. கூலி வேலதான். திருவிளா சமயங்களில வீட்டுக்கு வரும். கைநெறய பணமும், எங்களுக்குத் துணியும் மேக்கப்பு சாதனங்களும், பேக்கறியும் மறக்காம கொண்டுவரும். ராத்திரி நாங்க நல்லா ஒறங்கிக் கிடந்தாலும், எங்கள எளுப்பிக் கொண்டுவந்த சாதனங்கள சாப்பிடத்தரும். அந்த ஆப்பிளுக்க மணம் இப்பவும் எனக்க நாசியில இருக்கு.

நான் காலயில எழும்பி எங்க அம்மாவுக்கு சாய போடுவேன். அதுக்கப்பெறகு பாத்திரங்கள களுவி வெச்சு, பைப்பில தண்ணியெடுத்து, நாங்க நாலுபேரும் ஆத்திலப் போயி குளிச்சி, மூத்தவங்க ரெண்டுபேரயும் ஸ்கூளிலவிடுவேன். குளிச்சிட்டு வரும்போ, குடிச்சித வெள்ளத்த

கெணறணும் கொடத்தில கோரிக்கொண்டு வருவேன். துலுக்கவீட்டு கிணத்தில இருந்துதான் தண்ணிகோருவேன். அவுங்க வீட்டில சப்போட்டா நெறய நிக்கும். பளுத்த சப்போட்டாவ பறிச் செடுக்குவேன். மயிலாஞ்சி எலயும் அவுங்க தருவாங்க. நாங்க அத அரச்சு கையில போடுவோம். தேங்கா எண்ணய மயிலாஞ்சிச்ச மேல விட்டா நகம் நல்லா செவுத்து வரும்.

எங்க வீட்டில ரெண்டு சுவரு செம்மண்ணில செஞ்சது. மிச்சமுள்ள ரெண்டும் ஓலச்சொவரு. கூரயும் ஓலதான். மள சமயங்களில வீடு ஒளுகும். அப்பா ஊருக்கு வருத சமயங்களில ஊடுவலிச்சும். அடுக்கள ஓலச்சொவரு மூலயில இருக்கும். எங்க துணியும், வீட்டுச் சாதனக்களும் செம்மண்ணு சொவரு மூலயில இருக்கும். உறி கெட்டித் தொங்கவிட்டிருக்கும் உத்தரத்தில ஒரு வலிய சிலுவ வரஞ்சிருக்கும். அது, ஒரு சமயத்தில எங்க மாமா ஏதோ எங்க அப்பாவ தப்பாட்டு பேசினது எங்க அப்பாவுக்கு மறக்காம இருக்க அந்த சிலுவய உத்தரத்தில வரஞ்சிருக்கு. எங்க அப்பாவுக்கு தேச்சியம் வரணுமெண்ணா அந்த சிலுவய பாக்கும், இல்ல, அந்த சிலுவய பாத்தா அயாளுக்கு தேச்சியம் வரும். எங்க அம்மாவுக்கு ரெண்டு தல்லும் கிட்டும். அந்த சிலுவ வரஞ்ச பெறவு எங்க மாமா எங்க வீட்டுக்கு வாறதில்ல. அந்த சிலுவய பாத்திட்டு எங்க அம்மா சொல்லும், ‘நான் இந்த உலகத்திற்கு சமாதானத்தை கொண்டுவரவில்லை, மாறாக உங்களைப் பிரிக்கவே வந்தேன்’ பைபிளில சொல்லியிருக்காம். ஆனா, நான் எனக்க வேலயெல்லாம் முடிஞ்சபெறகு, எனக்க தம்பிய ஒறங்க வெச்சுக்கொண்டு, அந்த வெள்ளைச்சிலுய பாத்துக்கொண்டு தூங்குவேன். ஏசு என் பக்கத்தில் இருப்பதுபோல இருக்கும். எங்க வீட்டில எலி நெறய உண்டு. உறியில ஏறிச்சாடும். காலத்த ஒறங்கி எளும்பினா, கால் வெரல்ல, நகத்துக்க ரெண்டு அற்றமும் கடிச்சு வெச்சிருக்கும். ரெத்தமாட்டு இருக்கும். மருந்தொண்ணும் தின்னமாட்டோம்.

நாலு உத்தரங்களுக்கு மேல, கூரச்சு கீள, பிளைவுட்டு பலகய வெச்சுத் தட்டி போட்டிருக்கு. எங்க அப்பா கடலில தொளிலுக்குப் போனப்ப அந்தப் பிளைவுட்டு பலகயெல்லாம் கடல்ல மிதந்து வந்தது. இருபது முப்பது பலகயிருக்கும். அதுக்கக்கூட ஒரு வலிய பிளாஸ்டிக் வாளியும் கெடச்சது. அதிலத்தான் நாங்க எங்க துணிகள அடுக்கி வெச்சிருக்கோம். பழயத் துணியெல்லாம் அசையில கெடக்கும். செல நாளு இந்த அச பூஞ்சு விளும். அந்தப் பிளைவுட்டு தடிகள, எங்க ஊரு அச்சனும் வேறு ஆளுகளும் கட்டிலு செய்ய வாங்கிட்டுப் போனாங்க. அஞ்சாறு பலகய, எங்க அப்பா

தட்டுமாதிரி போட்டது. கூர ஒளுகினாலும், எங்கமேல வெள்ளம் விளாது. வெள்ளத்தில ஊறி, அந்தப் பலக வளஞ்சு இருக்கும்.

வீட்டுக்கு வெளியில, திண்ண முச்சூடும் மண்ணுதான். நான் எனக்க தம்பிய வெச்சிட்டு, புளியம் வித்து வெச்சு ஒத்தயில பாண்டி வெளயாடுவேன். செலநேரம், பக்கத்து வீட்டு ஆத்தாவுக்கு பேனும் பாத்துக்கொடுக்குவேன். செம்மண்ணு செவருக்கு கீள, ஆனக்குளிய தோண்டி, ஆனய எடுத்து நானும் எனக்க தம்பியும் வெளயாடுவோம். உச்சைக்கு நாங்க ரெண்டுபேரும் சத்துணவு வாங்கிச் சாப்பிடுவோம். அந்த செவத்த, பீட்டுரூட்டு சோறு எனக்கு நல்லா பிடிச்சும்.

நான் பள்ளிக்கூடத்துக்குப் போயிட்டிருந்தேன். அம்மா கடையில போறதினால, வீட்டு வேலயப் பாக்க என்னய பள்ளிக்கூடத்துக்க விடல்ல. ஒருநாள், நானும் எங்க ஆத்தாகூட மீனும் கொண்டு கடயில போனேன். சிலுவைபுரம் போனதும், ஒரு விளி கேட்டது.

“ஏய், நில்லு”

இது எனக்கு நல்லா தெரிஞ்ச சத்தம். நான் திரும்பிப் பாக்கல்ல. எனக்க தலையில மீனும் சருவமும் இருக்கு. காலில செருப்பு இல்ல. ரோட்டில நடந்து காலும் நோவுது. எங்க ஆத்தா எனக்க முன்ன ஓடிப்போயிட்டிருக்கு.

“பெட்ரீஷியா, நில்லு” எங்க நேசையன் சாறு. நல்ல சாறு, எங்கள அடிச்சதில்ல. நான் பேடிச்சு நிண்ணேன்.

“நீ மீனு விக்க இனியும் இந்தப்பக்கம் வந்தா கால அடிச்சு ஒடிச்சுப்போடுவேன். பள்ளிக்கூடத்துக்கு ஒளுங்கா வரணும். சொன்னது கேட்டதா?” அதுக்கப்பெறகு நான் மீனு விக்கப்போகல்ல.

எங்க வீட்டுக்கு வெளியில நாங்க குளிக்க ஒரு சிறிய ஓலப்பெர எங்க அப்பா கெட்டித் தந்தது. ஆனா, எங்க வீட்டுக்குப் பக்கத்தில இருக்க பெரியவீட்டு ஜன்னலண்ணு நாங்க குளிக்கது தெரியும். அதனால எனக்கு அதில குளிக்கது கூச்சம். நான் ஆத்தில போயித்தான் குளிப்பேன். ஒருநாளு எனக்க தம்பி வீட்டில தூங்கிட்டிருக்க சமயத்தில நான் குளிக்கப்போனேன். திரும்பி வரும்போ, அந்த வலிய வீட்டு ஆளு, என்னய அடிக்க வந்தது. எனக்க தம்பி அந்த வீட்டுக்குப் பின்னாடி சுவரில ஒண்ணுக்கு போயிருக்கு. கொடவும் வெள்ளவும் வெச்சு களுவி விடட்டாண்ணு கேட்டதுக்கு, எங்க மூணு கொடத்தயும் அந்த ஆளு தூக்கிப்போட்டு ஒடச்சது. அடுத்த வீட்டிலுள்ள ஆளுகளும் என்னாண்ணு ஒரு

வார்த்தக் கேக்கல்ல. எனக்கு அதுக்கப்பெறவு, அந்த ஆள கண்டாலே பேடி. அண்ணைக்கு நாங்க ஒண்ணும் சமைக்கல்ல. பேடிச்சு வீட்டிலத்தான் இருட்டில இருந்தோம். எங்க அம்மா வர நல்லா நேரம் பிந்தும்.

எங்க அம்மா வந்தப்போ, அந்த ஒடஞ்ச கொடம் அப்படியே கெடந்தது. நான் நடந்தத சொன்னேன். எங்க அம்மா, அந்த வீட்டிலப்போயி நல்ல சண்ட. ஐயோ, எங்க அம்மா சும்மாவிடாது. அந்த ஆளு வெளியில எறங்கி நடக்கமுடியாத அளவுக்கு வயிறு வீக்க தானக்கேடு கொடுத்தது.

இந்தச் சண்டய அறிஞ்சு எங்க அப்பா வீட்டுக்கு வந்தது. ரெண்டுமூணு நாளு சும்மாதான் வீட்டில இருந்தது. ஒரு சனியாழ்ச்ச, அந்த ஆளுக்க மூணு மக்களும் லீவுக்கு வீட்டில வந்த சமயத்தில அந்த ஆளப்போயி அடிச்சது. அந்த ஆளுக்க மக்க மூணும் பீயாத்தியும் கொண்டு, எங்க அப்பாவ வெரட்டினாரு. எங்க அப்பா எங்க வீட்டுத் திண்ணயில வந்து நிண்ணுகொண்டு, வந்த நாலுபேரயும் கறக்கிக் கறக்கிப்போட்டு இடிச்சது. ஒருத்தன் பீயாத்தி வெச்சு குத்தின குத்து எங்க அப்பாவுக்குக் கையில கொண்டது. தேச்சியத்தில, அந்தப் பீயாத்திய வாங்கிப் பிடிச்சுக்கொண்டு அந்த நாலுபேரையும் திருச்சு, கண்ணும் மூக்கும் பாக்காம மாறிமாறி குத்திச்சு.

எங்க அப்பாவ போலீசு பிடிச்சுமெண்ணு நாங்க பேடிச்சு இருந்தோம். எங்க அப்பா போலீசில, வீடேறி வந்து அடிச்சதாட்டு கம்ப்ளைண்டு கொடுத்தது. அவுங்க, கைவசம் பைசா ஒள்ள ஆளுக. அரசியல்வாதிகளப் பிடிச்சு அந்தக் கேச தட்டிவிட்டுகளஞ்சாரு. அதுக்கப்பெறகு பிரச்சன ஒண்ணுமில்ல. ஆனா, எனக்கு அந்த ஆளுகளுக்க சத்தத்த கேட்டாலே கையும் காலும் வெறச்சும்.

“வீட்டில யாரு?” இந்த ஆளு இங்க கறங்கி கறங்கி வந்து கொறச்சு நாளாச்சு. கையில ஒரு பைபிளும் கொண்டு, பிரேயரெண்ணு சொல்லிக்கொண்டு வரும். எங்க வீட்டில மாதா படமும் ஜபமாலயும் சொவரில தொங்கிக் கெடக்கும். ஒரு செவுத்த அட்டபோட்ட பைபிளும் உண்டு.

“கர்த்தர் அழைக்கிறார்” என்று சொல்லிக்கொண்டு ஒருவர் வந்தார்.

“லேய், லேய், ஆளுபிடிக்காறா, இங்கு என்னல வேல?” எங்க அம்மா திடீரெண்ணு வெரண்டு வந்து அவன வெரட்டி அடிச்சது.

“மக்கா, பாத்து இரு. மனசிலாச்சா? ஆளில்லாத வீடெண்ணு ஏறி வருவான். அவனுககிட்ட பேச்சுக் கொடுக்காத மக்கா. இதப்போல ஆளுங்க வந்தா கதவப் பூட்டிட்டு அகத்து இருக்கணும், சொன்னது கேட்டதா?” அப்படி எங்க அம்மா என்னய வம்பிறுக்கிண்டு கடயில போச்சு.

அண்ணைக்கு மளைப் பெஞ்சது. கொறச்சுநேரத்தில நல்ல காத்து. எங்க வீட்ட மொத்தமாட்டு பொக்கியெடுத்தது. நான், ஆத்தத்தேடி ஓடினேன். அங்க ஒரு வலிய பஞ்சுமரம் ஒண்டு. அதிலிருந்து ஒணந்த பஞ்சு காயெல்லாம் கீள விளும். நான் அதையெல்லாம் பெறக்கிவந்து, ஓடச்சு, கறுத்த வித்தெல்லாத்தெயும் எடுத்து, எனக்க தம்பிச்சும் தங்கச்சிச்சும் அடுப்பில வறுத்து கொடுத்தேன். பஞ்செல்லாத்தயும் வெச்சு எனக்க தம்பிச்சு ஒரு தலக்காணி செஞ்சேன்.

“அக்கா, நீ ஒத்தயில யாரிட்ட பேசிண்டிருக்க. நம்ம அப்பிய எறும்பு கடிச்சிது. இங்க வந்து பாரு”

பெட்ரீஷியா வீட்டினுள் சென்றாள். குழந்தை அழுது கொண்டிருந்தது. பக்கத்தில் சென்றபோதுதான் பார்த்தாள், குழந்தை தூங்கிக்கொண்டிருந்த ஓலைச்சுவர் மூலை முழுவதும் தீயெறும்புகள். திடீரென்று எங்கிருந்து வந்ததென்று தெரியவில்லை. ஒரு சாக்குப்பையின் அடியில் கூடுகட்டி இருந்திருக்கிறது. ஒவ்வொன்றாக அடித்துக்கொல்வது சிரமம். மண்ணெண்ணெய் விளக்கிலிருந்து தென்னையோலையில் தீயெடுத்து எறும்புகளைக் கொளுத்தினாள். சிறிதுநேரத்தில் எறும்புகள் இருந்த இடம் தெரியவில்லை. குழந்தைகளை இடம் மாற்றிக் கிடத்திவிட்டு, வெளியில் வந்தாள்.

அதற்குள் வீட்டிலிருந்து குழந்தைகளின் ஓலம் கேட்டது. திரும்பிப் பார்த்தபோது, புகைமூட்டமாக இருந்தது. பைபிள்காரரும் பக்கத்து வீட்டுக்காரரும் வேறு சிலரும் தூரத்திலிருந்து ஓடிவந்தார்கள். இவர்களைக் கண்டதும், பெட்ரீஷியா, பயத்தில் வீட்டினுள் தாவிக் குதித்துச்சென்று கதவை உட்பக்கமாகப் பூட்டினாள். ஓலைச் சுவர்களிலும் கூரையிலும் தீப்பற்றிப் பிடித்து எரிந்துகொண்டிருந்தது. வீட்டை உடைத்து உள்ளே செல்வதற்குள்...

அடுத்தநாள், இடைப்பாடு “கடற்கரை கிராமத்தில் நான்கு குழந்தைகள் தீயில் எரிந்து மரணம்” என்று நாளிதழில் செய்தி வந்தது.

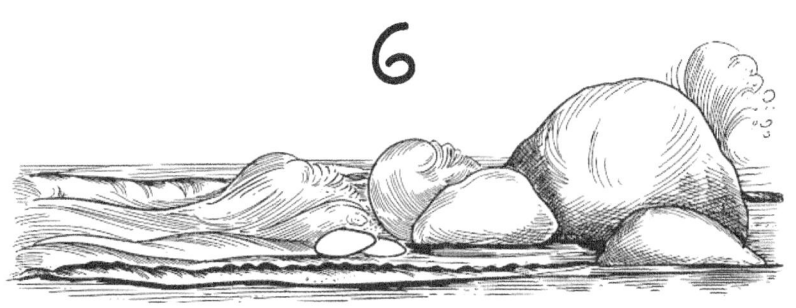

௬

பெர்னொலி கோட்பாடு

தேங்காய்ப்பட்டினம் துறைமுகத்திற்கு நோய் எதிர்ப்புச்சக்தி முற்றிலும் அழிந்துவிட்டது. வருடத்திற்கு அறுவைசிகிழ்ச்சை ஒன்றுவீதம் நடந்தது. துறைமுகம் கோமாவில் கிடந்தது. நோய் என்னவென்று இன்னும் கண்டுபிடிக்க முடியவில்லை. நவீனத் தொழில்நுட்பத்தின் உதவியுடன் துறைமுகத்தை மறுவடிவமைப்பு செய்ய அரசு 300 கோடி ரூபாய் ஒதுக்கியிருந்தது. இந்தத் துறைமுகத்தை நான்காவது முறையாக மறுவடிவமைப்புச் செய்கிறார்கள். இதற்காக அரசு நடத்திய கருத்துக்கேட்புக் கூட்டம், இந்தியாவின் உயர் பல்கலைக்கழகங்களின் ஆய்வாளர்கள் தலைமையில் அமைதியாக நடந்துகொண்டிருந்தது.

“நாங்கள் இப்போது, ஐஐடி சென்னை வெளியிட்ட நவீன ஆய்வின் அடிப்படையில் இந்தத் தடுப்புச்சுவரை எழுப்புகின்றோம். தற்போது, கேரளாவில் பெரும்பள்ளி, வலிய

அழிக்கல், பல்லனா ஆகிய இடங்களில் க்ராயின்ஸ் என்னும் இந்தத் தடுப்புச்சுவரை உருவாக்கியிருக்கிறோம். அந்த இடங்களில் புதிதாகக் கடற்கரைகள் உருவாகியிருக்கிறது. இது நவீன வடிவமைப்பு. உங்களிடம் அந்த ஆய்வின் நகலைத் தந்திருந்தோம். யாராவது படித்திருக்கின்றீர்களா?"

"நான் அந்த ஆய்வைப் படித்தேன். கணித சமன்பாட்டின் அடிப்படையிலேயே ஆய்வு மேற்கொள்ளப்பட்டிருக்கிறது. எனவே, ஆய்வின் மீது எந்தச் சந்தேகமும் இல்லை. ஆனால்..." ரிச்சார்டு சொன்னான்.

"சொல்லுங்கள். உங்களுடைய சந்தேகத்தை தீர்ப்பதற்கே நாங்கள் இங்கு இருக்கிறோம். நீங்கள் என்ன படித்திருக்கிறீர்கள்?"

"நான் மரைன் எஞ்சினீரிங் படித்திருக்கிறேன். டைவிங் லைசென்ஸும் இருக்கிறது. எங்கள் பகுதிகளில் இருக்கும் பவளப்பாறைகளை சுயமாக ஆய்வு செய்திருக்கிறேன். ஒருசில வருடங்களுக்கு முன்பு, இந்தப் பகுதியில் கோரல் பிளீச்சிங் நடந்ததை சுயாதீன கடல்சார் ஆய்வு நிறுவனங்களுக்கு நான்தான் முதன்முதலில் தெரியப்படுத்தினேன்."

"இன்ட்ரெஸ்ட்டிங்"

"இந்த ஆய்வில் இரண்டு கணித சமன்பாடுகள் பயன்படுத்தப்பட்டுள்ளது. முதலாவது, ஸ்னெல்-டெகார்த் சமன்பாடு. இரண்டாவது, க்ராஸ் மற்றும் ஹரிக்காயின் ஆய்வு முடிவுகள்."

"ஓகே, அதிலென்ன?"

"அந்த இரண்டாவது ஆய்வு, ஜப்பான் கடற்கரையில் பெறப்பட்ட தகவல் புள்ளிகளை அடிப்படையாகக்கொண்டு உருவாக்கப்பட்டது. நம்முடைய கடற்பகுதிக்கும், ஜப்பான் கடற்பகுதிக்கும் ஏராளம் வித்தியாசமுண்டு. அதுபோல், நீங்கள் ஏற்கெனவே க்ராயின் தடுப்புச்சுவர் உருவாக்கியிருக்கும் கேரளக் கடற்கரைகளுக்கும் எங்கள் கடற்கரைக்கும் சம்பந்தமில்லை. கேரளக் கடற்கரைகள் சீரான பண்புகொண்டதல்ல. கேரளக் கடற்கரையில் நீங்கள் மேற்கொண்டிருக்கும் ஆய்வுகள் இன்னும் முடியவில்லை. அதற்குள் அதே கட்டுமானத்தை இங்கு எப்படி நிறுவமுடியும்?"

"நீங்கள் அந்தக் கடற்கரைக்கு வந்து பாருங்கள். புதிதாகக் கடற்கரை உருவாகியிருக்கிறது."

"புதிதாக வந்து பார்க்கவேண்டிய தேவையில்லை. ஐம்பது வருடங்களுக்கும் மேலாக எங்கள் ஊர்களிலிருந்து அழிக்கல் பகுதியில் மீன்பிடித்தொழில் செய்துகொண்டிருக்கிறோம். அந்தப் பகுதியில் ஏற்படும் அலைகளைவிட எங்கள் பகுதியில் ஏற்படும் அலைகள் மிகவும் உயரமானவை. எனவே, எங்கள் பகுதியில் புதிய ஆய்வுகள் மேற்கொள்ள வேண்டும்."

"நாங்கள் ஏற்கெனவே அலைகளின் உயரம் குறித்த ஆய்வுகளை மேற்கொண்டிருக்கிறோம்"

"நீங்கள் அலைகளின் உயரத்தை, அலையடிக்கும் பகுதியிலிருந்து இதுவரை ஆய்வு செய்யவில்லை. ஆழ்கடலில் பல இடங்களில் மிதப்பானைப்போட்டு அலைகளின் உயரத்தை எண்கணித முறையில் யூகிக்கின்றீர்கள்."

"சோ?"

"நீங்கள் மிதப்பான் போட்டிருக்கும் பகுதிகளின் அலைகள் திசையற்றவை."

"வாட்?"

"ஆழ்கடல் அலைகள் திசையற்றவை. காற்று கடல்பரப்பில் உரசும்போது ஒரு அழுத்தம் உருவாகும். அந்த அழுத்தம் கடல்நீரை மேலிழுக்கும். அதுவே அலையாகிறது. எங்கள் மீனவர்கள் அவற்றை 'ஓயவு' என்கிறார்கள். ஓயவு என்பது உயர்வு என்பதன் மரூஉ"

"நீங்கள் சொல்வது பெர்னாலிஸ் கோட்பாடு. அழுத்தம் உருவாகாது, அழுத்தம் குறையும். அந்த இடத்தை நிரப்ப தண்ணீர் மேலெழும்பும். மேலெழும் நீரை புவியீர்ப்புவிசை கீழிறக்கும். மேலெம்பும் அலையின் உயரமும், கீழிறங்கும் ஆழமும் சமமாக இருக்கும்."

"உண்மைதான். ஆனால், ஆழ்கடல் அலைகள் திசையற்றவை என்று சொல்வதைவிட, ஆழ்கடலில் காற்றினால் அலைகள் உருவாகாது என்று சொல்லலாம். நீங்கள் சொன்னதுபோல், கடற்பரப்பில் ஏற்படும் அழுத்தத்திற்கு ஏற்ப கடல்நீர் மேலும் கீழும் எழும்பும். வெர்டிகல்லி, அப் அண்ட் டவுண். அது எப்படி கிடைமட்டமாக அலையை உருவாக்கும்? மேலெழும்பும் கடல்நீர் அலையாக மாறவேண்டுமென்றால் சூறாவளிக்காற்றுதான் எப்போதும் கடலில் வீசிக்கொண்டிருக்க வேண்டும்."

“இதென்ன விசித்திரம். அப்படியென்றால் பெர்னாலிஸ் கோட்பாடே தவறா?” அதிகாரிகள் வாய்விட்டுச் சிரித்தார்கள்.

“நான் அப்படிச் சொல்லவில்லை, பெர்னாலிஸ் கோட்பாடோ அல்லது உங்களின் அலைகளின் மாதிரிகளோ எங்களுடைய கடலில் வேலை செய்யாது என்று சொல்கிறேன். பெர்னாலிஸ் கோட்பாடு உங்கள் ஆய்வகங்களில் மட்டுமே வேலை செய்யும். கடற்கரை கட்டுமான ஆய்வுகள் கரைக்கடலில் அலை உடைவதற்கு சற்று முன்னரான உயரத்தையே கணக்கில் எடுக்கவேண்டும். நீங்கள் எங்கள் கடலில் இறங்கி, கால்நனைத்து அளவீடுகள் மேற்கொண்டு ஆய்வுகளைச் செய்யவேண்டும்.”

“ஆழ்கடல் அலைகளை வைத்து எங்களால் கடைசி அலையின் உயரத்தை மிக எளிதாகக் கணக்கீடு செய்யமுடியும்.”

“அதற்கு எந்தவித அளவீடுகளும் நீங்கள் செய்யத் தேவையில்லை. பௌஃபர்ட் ஸ்கேலை (Beaufort scale) அடிப்படையாகக்கொண்டு, காற்றின் வேகத்தை வைத்து உங்கள் அலுவலகத்திலிருந்தே நீங்கள் அலை உயரத்தை அளவீடு செய்யலாம். நீங்கள் அலையின் உயரத்தை கணிக்க போடப்பட்டிருக்கும் மிதப்பான்களுக்கும் கடற்கரைக்கும் இடையில் காற்றழுத்தம் ஏற்பட்டால்? உங்களின் கணக்குத் தவறாகுமே. நான் சொல்ல வருவது அதுவல்ல.”

“சொல்லுங்கள்”

“அலைகளின் உயரத்திற்கும், கடலரிப்பிற்கும் நெருங்கிய தொடர்புண்டு.”

“அது எங்களுக்கும் தெரியும். லிட்டோரல் கரண்ட் என்னும் கடலோர நீரோட்டத்திற்கும் தொடர்புண்டு.”

“இல்லை. லிட்டோரல் கரண்ட் என்ற ஒன்று இல்லவே இல்லை. அது பொய்யின் மீது கட்டமைக்கப்பட்ட கருதுகோள். கடல் நீரைவிட மணலுக்கு எடை அதிகம். அப்படியிருக்கும்போது, லிட்டோரல் கரண்ட் என்று நீங்கள் சொல்லும் கடல்நீரோட்டம் எப்படி கடல் மணலை இன்னொரு இடத்துக்கு கொண்டுசெல்ல முடியும்?”

“முட்டாள்தனமாக பேசவேண்டாம். இது இங்கு விவாதிக்க வேண்டிய விஷயமல்ல. உங்கள் ஆய்வை நிறுவினால் உங்களுக்கு நோபல் பரிசுகூட கிடைக்கும். கடலோர நீரோட்டமே, கடற்கரை

மணலை வேறு இடங்களுக்கு கொண்டுசெல்கிறது. அதுவே, கடலரிப்பிற்கு முக்கியக் காரணம்."

"புதிதாக நான் எதையும் சொல்லவில்லை. இது என்னுடைய ஆய்வுமல்ல. நான் படித்ததை சொல்கிறேன். கடலோர நீரோட்டமே கடலரிப்பிற்கு காரணம் என்று சொல்வது பொய்யின்மீது கட்டமைக்கப்பட்ட இன்னொரு பொய்."

"ஓ காட், அப்புறம்"

"அப்புறம் ஏன், அலைகள் இல்லாத இடங்களில் கடலரிப்பு எதுவுமில்லை? நீங்கள் சொல்வதுபோல், கடல் நீரோட்டமே கடலரிப்பிற்கு முக்கிய காரணமென்றால் காட்டாற்று வெள்ளம்போல் கடல்நீரோட்டம் ஓடிக்கொண்டிருக்கவேண்டும்"

"..."

"நீங்களே ஏற்கெனவே சொன்னீர்கள். மேலெழும்பும் அலையின் உயரமும், கீழிறங்கும் அலையின் ஆழமும் சமம். அதாவது, ஒரு அலையின் உயரம் பத்து மீட்டர் என்றால், பத்து மீட்டர் ஆழத்திற்கு அந்த அலையின் தாக்கமும் வேகமும் இருக்கும். பத்து மீட்டர் ஆழம் இல்லாதபோது, மணலை அலை வாரியெடுத்துக் கொண்டுவருகிறது. அது நீரோட்டத்துடன் அடித்துச் செல்லப்படுகிறது. இதை நாங்கள் சுனாமியின் போது பார்த்தோம்."

"சுனாமியின் போது என்ன பார்த்தீர்கள்?"

"கடல் அலை மண்ணையும் சேறையும் சகதியையும் கோரியெடுத்து கரையில் கொண்டுவந்து தட்டியதைப் பார்த்தோம். சுனாமி அலையின் வேகம் அதிகமாக இருந்ததால், அலை மணலை கரையில் கொண்டுவந்தது. இதுவே, ஆனியாடி காலகட்டங்களில் அலைகளின் உயரத்திற்கு ஏற்ப மணலை அலைகள் வாரியெடுக்கிறது. அந்த மணல் நீரில் கலக்கிறது. கடல்நீரும் மணலும் சேர்ந்து நீரோட்டத்துடன் அடித்துச் செல்லப்படுகிறது."

"இடியாட்டிக், இப்படிப் பேசினால், பேசிக்கொண்டே இருக்க வேண்டியதுதான். நீங்கள் உங்கள் கருத்துக்களை எழுத்து வடிவில் கொடுங்கள். நாங்கள் பரிசீலனை செய்கிறோம்."

அத்துடன் கூட்டம் முடிந்தது. துறைமுகம் அப்படியே கிடந்தது. மக்களும் மறந்துவிட்டார்கள். திடீரென்று துறைமுகப்

பணியும் கடற்கரையில் தடுப்புச்சுவர் எழுப்புதலும் ஒருங்கே மீண்டும் துவங்கியது.

ஃஃ

ஆவணி மாதத்தின் அமாவாசை இரவு. வாடைக்கச்சான் அடைமழை முழுவதையும் தெற்குநோக்கியிருந்த வீட்டினுள் கொண்டுவந்து கொட்டியது. கூரைவேய்ந்த செம்மண் வீடு. திறந்தவெளித் திண்ணை முழுவதும் தண்ணீர் நிரம்பியிருந்தது. மரியானி தனது குழந்தைகளை அறையின் மூலையில் தூங்க வைத்திருந்தார். அந்த மூலை மட்டும்தான் ஒழுகாமல் இருந்தது. சுவரிலிருந்து இறங்கிய செம்மண் நீர், குழந்தைகளுக்குப் படாதவாறு தரையில் மண்போட்டு தடுத்திருந்தார்.

மரியானியின் வீடு கடற்கரையில் முதல் வரிசையிலிருந்தது. காற்றும் மழையும் பின்னிப்பிணைந்து ஊளையிட்டது. மழைச் சத்தத்தில் கடல் பயத்தில் பம்மியிருந்தது. அலைச் சத்தம் வெளியில் கேட்கவில்லை. ஓலை வேய்ந்து ஆறுமாதங்களாகிவிட்டது. இருநூறு மடல் ஓலைக்கு சிலுவை நாடாரிடம் சொல்லியிருந்தார். வீடுமுழுவதும் கூரை வேயவேண்டுமென்றால் நானூறுமடல் வேண்டும். இருநூறு கிடைத்தால் அறைக்கூரையையும் திண்ணைக்கூரையையும் வேயலாம். இப்போது முன்பணம் கொடுக்க காசில்லை. சிலுவை ஐம்பது மடல் ஓலை அடுத்தவாரம் கடனுக்கு தருவதாகச் சொல்லியிருந்தார். ஐம்பது மடல் ஓலையென்றாலும் அதை வைத்து ஊடுவலிக்கலாம். கூரை ஒழுகாமலிருக்கும். இப்போது கூரை ஒழுகாத இடமில்லை. வீட்டிலிருந்த அனைத்துப் பாத்திரங்களையும் ஒழுகும் இடங்களில் தரையில் வைத்திருந்தார். மழைச் சத்தத்தைவிட பாத்திரங்களில் தண்ணீர்விழும் ஓசைதான் வீடு முழுவதும் கேட்டுக்கொண்டிருந்தது. சிலப் பாத்திரங்கள் கடிகாரத்தின் விநாடி முள்போல் சீரான சத்தத்தை எழுப்பியது. பல பாத்திரங்கள் இடைவிடாது தொடர்ந்து சத்தம் எழுப்பியது.

தண்ணீர் நிரம்பிய பாத்திரங்களை திண்ணையைத் தாண்டி வெளியில் கொண்டுசென்று அதிலிருந்த தண்ணீரைக் கொட்டினார். திண்ணை முழுவதும் தண்ணீர் நிரம்பியிருந்தது. எதற்கு திண்ணை தாண்டி நீரில் நனைந்து வெளியில் கொண்டு பாத்திரங்களிலிருந்த தண்ணீரை ஊற்றுகின்றார் என்பது புரியாத புதிர்தான்.

தலைமுடியைப் பிடித்து தூக்கியெடுப்பதுபோல் காற்று வீட்டுக் கூரையை தூக்கியது. சில நேரங்களில் ஓலைகள் அனைத்தும்

சிலிர்த்து நின்றது. மழைத் துவங்கியபோது சில ஓலைகளைக் காற்று தூக்கிச் சென்றது. இப்போது இடையிடையே வீசிய சூறைக்காற்று, கோழியின் தூவலை மேல் எழுப்புவதுபோல் கூரையை தூக்கிப் பார்த்துவிட்டு மின்னல் ஒளியில் வீட்டில் நோட்டமிட்டு எதுவும் விசித்திரமாக இல்லை என்பதை உறுதிசெய்துகொண்டு தூக்கிய ஓலையை கீழே போட்டது.

இடையிடையே ஒளிர்ந்த மின்னலொளியில் முன்வீட்டின் செம்மண்சுவர் மழைநீரில் அரித்துச்செல்வது தெரிந்தது. ஒரு இடிச்சத்தம் பக்கத்தில் கேட்டது. தென்னையை இரண்டாக உடைக்கும் சத்தம். திண்ணையின் இரண்டு பக்கங்களிலும் இரண்டு தூண்கள் கூரையைத் தாங்கி நின்றது. மரியானி கழுக்கோலை தாங்கிய மரத்தூணைப் பிடித்துக்கொண்டு நின்றார். மரத்தூணில் அவரது கை வழுக்கியது. சட்டையில்லாத தேகம் கூதலில் குளிர்ந்து சிலிர்த்தது. சிறிய அடுக்களைதான். செம்மண்ணால் செய்த விறகு அடுப்பு. உறியில்தான் பானை சட்டிகள் தொங்கிக்கொண்டிருந்தன. ஒரு மின்னல் வெட்டியபோது வெற்று உறி காற்றில் ஆடியது. ஒவ்வொரு ஆனியாடியின் மழையின்போதும் இத்துடன் இந்தவீடு இடிந்துவிழும் என்றே நினைத்துக்கொள்வார். கடலில் தொழிலுக்குச் செல்லாமல் ஒரு மாதத்திற்கும் அதிகமாகிவிட்டது. இந்த ஆனியாடிக்கு எப்படியாவது இந்த நாலையும் கரைசேர்க்க வேண்டும். அமலிவை கட்டிப் பிடித்துக்கொண்டு நான்கும் கிடந்தது.

“நீங்க இன்னும் ஒறங்கல்லயா?” கண்ணைக் கசக்கிக்கொண்டு அமலி சொன்னாள். எழும்ப முயன்றபோது குழந்தைகள் விடவில்லை.

“நீ கெடா”

“ஐயோ, உறியிலி வெள்ளம் எறங்கேது? அத்ற ஒணக்கெளங்குந்தான் இருக்குது. அதுவும் கொயிந்துபோனா, மக்க பட்டினிதான்” அமலி பதறினாள்.

“உறிமாத்தி வெச்சாச்சு.”

ஒரு குழந்தை முனகும் சத்தம் கேட்டது. மழை நின்றிருந்தது.

“எனக்கு காலு களுவணும், நான் கடப்புறத்து எறங்கிண்டு வாறேன்” என்று சொல்லிக்கொண்டு மரியானி வெளியில் வந்தார். கடலைப் பார்த்துப் பெருமூச்சுவிட்டார். அரசாங்கம் போட்ட தடுப்புக்கற்கள் இல்லையென்றால், வீடு கடலினுள் சென்றிருக்கும்.

கடலும் வானமும் ஒன்றென இருண்டு கிடந்தது. தூரத்தில் ஒரு கப்பல் செல்லும் மெல்லிய ஒளி தெரிந்தது. கடலின் அலை, தடுப்புக்கற்களின் மீது வந்து மோதி, விழுந்து பின்வாங்கிச் சென்றது. தோதான ஒரு மறைவிடம் நோக்கிப் பரந்துகிடந்த கற்களினூடாக மெதுவாகச் சென்றார். சாய்வாக இருந்த கல்லில் படிந்திருந்த பாசியில் கால்வழுக்கிச் சென்றது. 'அமலி' என்று அலறுவதற்குள் தலை இரண்டு கருங்கற்களுக்கு இடையில்சென்று சொருகியது. கால்கள் இரண்டும் வான்நோக்கி மரத்தின் இரட்டைக் கிளைகள்போல் விரிந்து அசையாமல் நின்றது. அமலி ஆழ்ந்த உறக்கத்திலிருந்தாள். காலையில் கடற்கரைக்கு வந்தவர்கள் உடலைக் கண்டெடுத்தார்கள்.

ஃஃ

"பாவம் அமலி. வாயில்லா ஜீவன். மரியானி கடலில மீனுபிடிக்கப் போனதா எழுதிக்கொடுத்தா அவளும் மக்களும் ரெச்சப்பட்டு போவும்"

"இதென்ன பேச்சு. வெளிச்சிருக்கப் போனவன, மீனுபிடிச்சப் போனதாட்டு எப்படி எழுதிக் கொடுக்கமுடியும்? ச்சே, புத்திக்கெட்டத்தனமா பேசாத" பக்கத்து வீட்டுக்காரன் ஈசாக்கு சொன்னான்.

"அவளுக்க நெலமயக்கண்டு அப்படிச் சொன்னேன்."

"அது கொள்ளாம். இந்த எடப்பாடில இது நாலாமத்த மரணம். மத்த மூணுபேரயும் அப்படி எழுதிக்கொடுக்கல்ல. மரியானிய மட்டும் எப்படி எழுதிக் கொடுக்கமுடியும்? அதுக்கு மரியானி இந்த ஆனியாடி கடல்ல மரம்விடுத மரம்பிடிக்காறனா?" ஈசாக்கு நக்கலாக வாயைப் பொத்திக்கொண்டு சிரித்தான்.

"லேய் நாறப் பயலே, காலங்காத்தால எனக்க வாயணும் ஒண்ணும் கேக்காத. அவனும் அவனுக்க பேச்சும். பின்ன, மரியானிச்ச மக்களுக்கு ஒண்ணுரெண்டு லச்சம் ரூவா கிட்டினா உனக்கு வயித்துக்கடி. அதிருக்கட்டு, கடல்ல மரிச்சதாட்டு எளுதிக்கொடுக்க போஸ்டுமார்டம் பண்ணியாச்சா?"

"அதில்ல" ஈசாக்கு பம்மினான்.

"பின்ன, எப்படி எழுதிக்கொடுக்க முடியும்?"

"மரியானிய அடக்கம் பண்ணியாச்சு. இனியும் என்ன செய்ய முடியும்? மரியானி கடப்புறத்தில போனான், கல்லில காலுவளுக்கி விழுந்து மரிச்சான், அடக்கம் பண்ணியாச்சு, அவனுக்க குடும்பம்

அனாதை, மரியானிச்ச பெஞ்சாதி தலச்சுமடு எடுத்து மக்கள வளத்துவா, கத முடிஞ்சது, என்ன சொல்லுத?"

"இல்ல அண்ணா, அப்படியில்ல. வேற என்ன செய்ய?"

"சரி, அமலி தலச்சுமடு எடுப்பா. ஆனா, அவளுக்க குளந்தைகள யாரு பாத்துப்பா? நாலு மக்களும் ஒத்தயில வீட்டில தனியாட்டு இருக்குமா? இதுக்கு ஒரு தீர்வு உண்டாக்கணும். எனக்கு ஒண்ணும் மனசிலாகல்ல. எதுக்கு இந்தக் கல்லு?"

"கடலரிப்பத் தடுக்க."

"கடலு என்னத்துக்கு அரிச்சுது?"

"அதுக்கு நல்ல சொறியாட்டிருக்கும. அதனால, கடலுக்கு ஊரலு"

"கொள்ளாம். அப்போ நீயும் நிங்க அப்பனுமாட்டு கடலுக்கு சொறிஞ்சு கொடுங்கல. கடலுக்கு தொடயறுப்பாட்டிருக்கும். போறியா? கடலு தணிஞ்சுதான் கெடக்கு."

"என்னண்ணா, இப்படி நாக்கில நரம்பிலாம. நீங்க கேட்டதனாலச் சொன்னேன்."

"பேச்ச விடு. மரியானிச்ச குடும்பத்துக்கு ஏதாவது உதவித்தொக கிட்டுமா?"

"ஒரு பேச்சுக்குச் சொல்லுதேன். குறும்பன, வாணியக்குடி, கோடிமுன, முட்டம் இப்படிக் கடல்ல பாற இருக்கித எடங்களில மரமோ வள்ளமோ பாறயில இடிச்சு யாரெங்கிலும் மரிச்சா அவங்களுக்கு அரசாங்கம் என்ன உதவிகள செய்யுமோ அதே உதவிகள நம்ம ஊரு கடப்புறத்தில கல்லில இடிச்சோ, காலு வளுக்கி விளுந்து மரிச்சித ஆளுகளுக்கும் கொடுக்கணும். ஏதெங்கிலும் துச்சமான பைசாவெங்கிலும் கொடுக்கணும். காரணம், நம்ம ஆட்களுக்கு இன்சூரன்சு எதும் கிடையாது. அதுபோல இந்த கல்ல கடப்புறத்தில கொண்டுவந்து போட்டதும் அரசாங்கந்தான்."

"ஆனா ஒண்ணு, அரசாங்கத்துக்கு ஆதாயமில்லாத ஆட்களுக்கு, எந்த அரசாங்கமானாலும் ஒண்ணும் செய்யாது. அத நீங்க கனவிலும் நெனச்சுப் பாக்காதீங்க" போத்திப்பிள்ளை சொன்னார்.

"போத்தி, வெளக்கமா சொல்லுங்க."

"எங்க அய்யா, அப்போ கோவாவில வள்ளத்தொளிலு செஞ்சிட்டிருந்தது. நாங்க கோச்சியிலிருந்து நேரா கடலுவளியா

கோவாவுக்குப் போனோம். போறவளியில, கார்வாறில கோக்ரா அப்படியுள்ள ஊரில ரெண்டுவாரம் தொழில் செய்யலாமெண்ணு தீர்மானிச்சோம். கோக்ராவில சூர நல்ல சீசன். அய்யாவுக்கு தெரிஞ்ச ஒண்ணு ரெண்ணு ஆளுங்க அங்க உண்டு. சொன்னா நம்பமாட்ட, நம்ம இந்த வலிய கரமடி வள்ளத்த நாலுபேரு தூக்கியெடுத்து எறியுவானுவ. அப்படிப்பட்ட பலசாலிமாரு. எப்பவும் கடல்லதான் கெடப்பானுவ. கையும் காலும் சும்மா இருக்காது. ஒரு பானச்சோறும், ஒரு சட்டி மீனும் சாப்பாடு. வறுத்தரச்ச பல்லஞ்சூர."

"பல்லஞ்சூரயா? வில்சனுக்கு சளுவா வடியுது."

"அந்த ஊரிலிருந்த ஒவ்வொருத்தனும் பீமன்மாருதான். சக்கரம் கையில கெடந்து வெளயாடிச்சு. ஒரு மாசம் அங்கு நிண்ணு தொழில் செஞ்சோம். கார்வாறில ஒரு துறைமுகம் வருவதா சொன்னாங்க. நாங்க கோவாவுக்கு போனோம்."

"கோக்ரா கார்வாறில எங்க இருக்கு? நான் அப்படி ஒரு ஊரக் கேள்விப்பட்டதில்லயே"

"நீ என்னத்த சொல்லுத? கோக்ராவா? அது இருந்த எடம் தெரியாதப் போச்சு. நாங்க நாலு வர்ஷம் களிஞ்சு கொச்சியில திருச்சு வந்தோம். கோக்ராவில போயி வள்ளம் பிடிச்சோம். ஆண்டவா, எனக்க சங்குப் பொட்டிப்போச்சு. ஐயாவுக்க கும்பாரி, பரமசிவன், தெவுங்கித்தெவுங்கி நடந்து வந்தது. சாராயம் குடிச்சிருக்கோ? கிட்ட வந்ததும், அய்யாவுக்க காலுக்ககிட்ட அப்படியே இருந்த இருப்பு. தலைய அசைக்க முடியல்ல. இங்கிருந்து போவெண்ணு எங்கள வெரட்டுது."

"பரமசிவா, உனக்கு என்னாச்சு?"

பரமசிவன் பேசவில்லை. போதமில்லாதவர்போல் இருந்தார். நாங்கள் பரமசிவனின் வீட்டை நோக்கி நடந்தோம். ஊரில் ஆள் நடமாட்டமே இல்லை. மீன்கடையைத் தாண்டிச் சென்றோம். காய்கறிகள் விற்பனைச் செய்துகொண்டிருந்தார்கள். போகும் வழியில் ஒன்றிரெண்டு பேர், சூரிய ஒளியில் காய்ந்து கொண்டிருந்தார்கள். ஒரு சிலர் வீட்டிற்கு வெளியில் அமர்ந்து எதையோ வெறித்துப் பார்த்துக்கொண்டிருந்தார்கள். ஒரு சாயக்கடையில் டீ குடிக்க சென்றோம்.

"ஆறு சாயா"

"மக்கா, இவன் இண்ணு சாய தருத கோளில்ல" பரமசிவனை அய்யா எப்படி உருகண்டுகொண்டார் என்று எனக்கு வியப்பாக

இருந்தது. மெலிந்து உருகியிருந்தார். அப்போது ஒரு கார் எங்கள் பக்கத்தில் வந்து நின்றது. சாதாரண சட்டை பேண்ட் அணிந்திருந்த ஒரு மிலிட்டரிக்காரர் வண்டியிலிருந்து இறங்கி எங்களை நோக்கி வந்தார்.

"நீங்க மலயாளிகளா?"

"ஆமா"

"எப்படி கண்டுபிடிச்சீங்க?"

"இந்த கோக்ரா கிராமத்தில சாயக் குடிப்பது மலயாளி மட்டுந்தான்" என்று சொல்லிக்கொண்டு, "பாட்டில் தண்ணீல போடுங்க" என்று கடைக்காரரிடம் சொன்னார். எங்களுக்கு வியப்பாகவும் புதிராகவும் இருந்தது.

"எதுக்கு பாட்டில் தண்ணீர்?"

"இந்த ஊர் கதை உங்களுக்குத் தெரியாதா?"

"இல்ல"

"தோ பாருங்க, ஆறு. அதோட பேரு காளியாறு. அது விஷம்."

"நாங்க நீச்சலடிச்சு விளையாடின காளியாறு விஷமா?" நான் பரமசிவனைப் பார்த்தேன். மெதுவாகத் தலையாட்டினார்.

"ஒரு நாலைந்து கிலோமீட்டர் தாண்டி காஸ்டிக் சோடா, எரிகாரம், தயாரிக்கும் ஒரு கம்பனி இருக்கு. அந்தக் கம்பனியோட கழிவுகளெல்லாம், இந்த காளியாற்றில கலந்து கடல்ல சேருது. இதில முக்கியமா, பாதரசம் இருக்கு. பாதரசம் விஷம். அதனால, கோக்ரா பகுதியில கிடைக்கும் மீனும், நிலத்தடி நீரும் விஷம். நூற்றம்பது டன் மெர்குரி கடலிலும் நிலத்திலும் கலந்திருக்கு" பரமசிவன் கழுத்தில் கைவைத்துக்கொண்டு பரிதாபமாக உட்கார்ந்திருதார்.

"ஆஸ்பத்திரி?"

"பரிசோதித்துவிட்டு, இவர்கள் சோம்பேறிகள் என்று கேசை முடித்துவிட்டார்கள். இது ஒரு அப்பட்டமான படுகொலை. இந்த ஊரில் அனேகமான ஆட்கள் இறந்துவிட்டார்கள். தோ, அந்தப்பக்கம் பாருங்க. அங்க வெறிச்சு உட்காந்திருக்கும் ஆட்களுக்கு கண்பார்வையும் போய்விட்டது."

நாங்கள் பரமசிவனின் வீட்டில் சென்றபோது, அவருடைய மனைவி படுத்திருந்தார். குழந்தைகளைக் காணவில்லை. நாங்கள்

பிடித்த மீனைத் தூக்கிக் கடலில் எறிந்துவிட்டு கொச்சிநோக்கிப் பயணமானோம்.

ஒஒ

"நாம அரசாங்கம்கிட்ட தேங்காய்ப்பட்டினம் துறைமுகம் கேட்டதும், தடுப்புச்சுவர் போடச்சொன்னதும் உண்மைதான். இப்போ, இந்தக் கல்லப்பாரு. ஏனோதானோண்ணு லாறியில தூக்கி எறிஞ்சு போட்டிருக்கு. அங்கங்கு குகைமாதி கெடக்கு."

"ஐஐடி டிசைன் பண்ணி போட்டதா சொன்னாங்க."

"அப்போ, போன வர்ஷம் போட்ட கல்லெல்லாம் ஐஐடியில போயி குத்தவச்சிட்டிருக்கா? பாதி மண்ணுக்க கீளயும், மிச்சமொள்ளதெல்லாம் கடலு தூக்கி எறிஞ்சு போட்டிருக்கு. ஐஐடி டிசைன் பண்ணினது சரி. அது சரியா வேல செய்தாண்ணு யாருக்குத் தெரியும்? இப்படித் தேவையில்லாம கடப்புறத்தில போடுத கருங்கல்ல வெச்சு, பாவம் வீடில்லாத மக்களுக்கு வீடிகட்டிக் கொடுக்கலாம். மலய கொண்டுவந்து கடல்ல தூக்கிப் போடுதானுவ, வேலகெட்டப் பயலுவ. எத்தன டன் கல்ல வண்டியில ஏத்தினான், எத்தன கிலோ கல்ல கடப்புறத்தில கொண்டுவந்து போட்டான்?"

"அந்தக் கணக்கு யாருக்குத் தெரியும்?"

"ஆனியாடியில கடலரிப்பு இருக்கு. அந்த அரிப்ப மட்டுந்தான் நிறுத்தணும். மத்த சமயங்களில இருக்க கடப்புறம் நமக்கு வேணும். கடப்புறத்தில இந்த கல்லெல்லாம் போட்ட பெறகு, கடலுக்கு கடலரிக்க மண்ணு இல்லாம, போட்டிருக்க கல்லத் தூக்கிண்டு போறு. இப்போ, இருந்த கடப்புறமும் போச்சு, கடலரிப்பும் கூடிப்போச்சு. ஒரு சுனாமி வந்தா இந்த கல்லெல்லாம் நம்ம வீட்டுக்கூரையில வந்து ஏறும்."

"இப்ப முடியும், இப்ப முடியுமெண்ணு வரியம் பத்துப் பதினஞ்சாச்சு. இந்தா, இந்த ஆனியாடியில போட்ட தூண்டில் வளைவ கடலு தூக்கிண்டு போயாச்சு. இதில லாபம் யாருக்கு?"

"கல்லு குவாரிச்சும், மண்ணு தோண்டுத கம்பனிச்சும்."

"இந்தக் கல்லெல்லாம், ஒரு யட்சி மாதிரி. மலையட்சி. புதிய வீடுகளில, ஆசாரிமாரு ரெத்தம் பலிகொடுத்து ஒரு பூசை செய்வாங்க. அது எதுக்கெண்ணா, நம்ம வீட்டிலிருக்கும் கதவு கட்டகளையெல்லாம், காட்டிலிருந்து கொண்டுவந்த மரத்திலிருந்து செய்தது. அந்த மரத்தில எந்த யட்சி இருந்ததெண்ணு யாருக்கும் தெரியாது. அது காட்டிலிருந்து நம்ம வீட்டுக்குள்ள வரும். அத

வெரட்டத்தத்தான் அந்தப் பூச. அதுமாதிரி, இந்த கல்லும் எந்த யட்சி குடியிருந்த மலையிலிருந்து கொண்டுவந்ததெண்ணு தெரியாது."

"போத்தி, பேடி காட்டாதீங்க"

"நான் எதுக்கு பேடிகாட்டணும்? இந்த கடலரிப்புக்கும் நம்ம தேங்காப்பட்டணம் துறைமுகத்துக்கும் சம்பந்தமுண்டு. கடலுக்கு மண்ணு ஒண்டாக்கித மெஷின் ஒண்ணும் கிடையாது. மண்ணு மலயிலிருந்து ஆறுவளியாட்டு கடல்ல வந்து சேரணும். அப்படி மண்ணு வந்து சேராம இருந்தா, கடலரிப்பு இருக்கத்தான் செய்யும். இனி, இந்த தேங்காபட்டணம் துறைமுகத்த எந்த கொம்பனாலும் சரிப்படுத்த முடியாது" போத்திப்பிள்ளை சொன்னார்.

"போத்தி, நீங்க என்ன சொல்லுதீங்க?"

"கொறச்சு வர்ஷங்களுக்கு முன்னாடி, நம்ம ஊரில புனித யூதாக்கல்லூரி மாணவர்களோட என்எஸ்எஸ் கேம்ப் நடந்தது. அதில ஒருத்தரு இப்படித்தான் சொன்னாரு. எனக்கு இப்பவும் ஞாபகமிருக்கு. அவர் சொன்னார்..."

'மலைகளுக்கு உயிருண்டு. மணல் என்பது மலைதேவதை உதிர்க்கும் தோலின் இறந்த செல்கள். மனிதர்களைப் போலவே மலைகளும், தங்களுக்கான தோலை புதிதாக உருவாக்கிக்கொள்கிறது. மலைதேவதை மீது மழை பொழியும்போது அந்த பழைய செல் என்னும் மணல் ஆற்றில் அடித்துவரப்பட்டு, கடற்கரைக்கு வருகிறது. நீங்கள் கவனித்திருக்கலாம், ஒவ்வொரு மழை சீசன் முடியும்போதும், மலைதேவதை புதுப்பொலிவுடன் இருக்கிறாள். நெய்யாறும் தாமிரபரணி ஆறும் மணலை நம்முடைய கடலில் கொண்டுவந்து கொட்டுகிறது. அதனால், கடற்கரைகள் நீண்டு விரிந்து பரந்து கிடக்கிறது.

கடல் ஒரு ஆண். இதை நீங்கள் கடலில் கலக்கும் நதிகளின் பெயர்களிலிருந்து அறிந்து கொள்ளலாம். அனைத்து நதிகளின் பெயரும் பெண்களின் பெயர்களே!

மணல், மலைதேவதைகள் உதிர்க்கும் தோலின் பொருக்கைகள். மலையின் பொருக்கைகள் கடலுக்கு மிகவும் விருப்பமான உணவு. மணலைப்போல் வேறெதையும் கடல் விரும்பி உண்டதில்லை. எனவே, மலைதேவதைகள் கோடிகோடி மணல்பொருக்கைகளை உதிர்த்துப் பொலிந்தார்கள். இதோ, என்னிடமிருப்பது மலையில் வளரும் ஒரு செடியின் இலைத்தண்டு. இதன் தோலை அகற்றி அதன் நீர்க்கொழுப்பை உண்டால், ஏழுநாட்கள் பசியின்றி

இருக்கலாம். சாதாரண மனிதர்களான நமக்கே மலையன்னை தன் அமுதை பசிபோக்கத் தரும்போது, கடலின் பசிக்கு அவள் எதுவேண்டுமென்றாலும் செய்வாள். காரணம், மலைதேவதை கடலின் காதலி.

பொழிமுகங்கள் வழியாக கடலில் வந்து சேரும் மணலை, ஆனியாடி காலகட்டத்தில் கடல் தனக்கான நீரோட்டங்களை உருவாக்கி அந்த மணலை அலையென்னும் தன் பல்லாயிரம் நாவிற்கு ருசிக்கக் கொடுக்கிறது. தென்மேற்கு பருவமழையின் போது, நீங்கள் கடற்கரைக்குச் சென்று பாருங்கள். அதன் வேட்கை உங்களுக்குப் புரியும். கடல், கடற்கரை மணலை குழைத்தெடுத்து சல்லாபிக்கிறது. கடவுள் படைத்தவற்றில், உடல் வேட்கை அதிகமானது கடலுக்கு. அதன் வேட்கை கட்டுக்கடங்காதது. கடலை நீங்கள் வேலி போட்டுத் தடுக்க முடியாது. ஆற்றை அணைபோட்டுத் தடுத்தால், கடல் அணைகடந்து தன் காதலியை சந்திக்கும்.

கடலை தடுப்பதற்காகக் கொட்டப்படும் கற்களின் மீது கற்கள் நிற்காது. கடலை தடுக்க மணலால் மட்டுமே முடியும். மணலால் கட்டப்படும் துறைமுகமே நிலைத்திருக்கும். நமது கடற்கரையை மணலால் மட்டுமே தடுக்கமுடியும்.'

ஃஃ

“அப்போ, எங்க ஐயா நம்ம ஊரு பிரியந்தியாட்டு இருந்தது. கொச்சியில பிஷப்ப பாக்க, நம்ம அச்சன் எங்க போத்தியயும், என்னையும் கூட கூட்டிக்கொண்டு போச்சு.

அந்தக் காலங்களில கொச்சிக்குப் போனா, உடனே திருச்சு வரமுடியாதே. அங்கு ஒண்ணு ரெண்டு வரியம் வைப்பன் ஊரில தங்கித் தொழில் செஞ்சோம்.”

“மீன் தொழிலா?”

“அப்போ, துறைமுகம் கிடையாது. சரக்குக் கப்பல் நாலஞ்சு கிலோமீட்டர் தூரத்தில கடலுக்குள்ள கிடக்கும். கப்பல் சரக்க நம்ம வள்ளத்தில கொண்டுவரணும். சரக்கு இல்லாத சமயங்களில தூண்டத் தொழிலுக்குப் போவோம். பின்ன, வைப்பன் ஞாறக்கல்லில எல்லா வர்ஷமும் சாகர உண்டு. சாகரயெண்ணா, மண்ணுமெத்த”

“ஒள்ளதா?”

“ஓம், கடல்ல மண்ணும் செளியுமாட்டு கெடக்கும். ஒரு தடவ நாங்க, கோழிக்கோடு புதுவார்ப்பில வள்ளம் பிடிச்சோம். அப்போ, எங்க ஐயா என்னய பேடி காட்ட, வெள்ளத்தில தூக்கி எறிஞ்சது. எனக்கு அப்போ, ஒரு ஏளோ எட்டோ வயசிருக்கும். நான் வெள்ளத்தில மலந்து கெடந்த கெட. சும்மா கெடந்தாலும் ஆளு கடலுக்க கீள போவாது. றாளும், சாளயும், நொத்தோலியும், அயிலயும் மண்ணுமாதிரி கரையில் வந்து ஏறும். ஆணும் பெண்ணும் கடப்புறத்து போயி வாரி எடுக்கவேண்டியதுதான். நாங்க ரெண்டு வள்ளங்களில தட்டுமடிப் போட்டு சுத்திவளச்சு எடுப்போம்.”

“கொச்சியில சீனா வலைதானே ஃபேமஸ்?”

“இந்த மீன்பிடித்தொழில மூணு பகுதியா பிரிக்கலாம். போர்ச்சுகல் ஆளுங்க வந்த எடங்களில கரமடி மாதிரியான வள்ளங்கள். கோவா, அதுமாதிரி புனித சவேரியார் வந்த நம்ம தெக்கன் திருவிதாங்கூர். வடக்கு கேரளத்தில ஓத்தத்தடி வள்ளம். அரபிக்காரனுங்க சாதனம். மத்திய கேரளத்தில சீனா வல. சீனாவிலிருந்து இங்கு வந்தது. நமக்கு காலாகாலமும் இந்த வள்ளத்தொளிலும் கட்டுமரத் தொளிலுந்தான். கொச்சியில நம்ம கெட்டுவள்ளவும், சுத்துவலயும் உண்டு.”

“நம்ம இந்தப் பகுதியிலயும் மீன் கரையில வருமே.”

“நம்ம ஊர்களில வருவதவிட நூறு மடங்கு. ஆறுகளிலிருந்து வருத தொளிமண்ணு காரணம், அந்த மீனு கரையில வருவதா அப்போ ஒரு வெள்ளக்காரறு சொன்னாரு. அங்க காயல்தானே. பொழி ஓடும்போது காயலிலிருந்து வரும் ஆத்து தண்ணி மணல் செளிகளயும் தள்ளிக்கொண்டு வரும். அதில மீனுக்குத் தேவையான ஊட்டச்சத்து இருக்கும். கடல்ல ஊட்டச்சத்து இல்லண்ணா மீனு கடல்ல இருக்காது. இந்த ஊட்டச்சத்து அதிகமா இருக்கும் இடங்களில இருக்கும் மீனுக்கு வளர்ச்சி அதிகம். அதனால, ஆயுசு நல்லா குறைவு. ஆனியாடி சமயத்தில கடலில தொளி கூடுதலாட்டு இருக்கும். அந்த வெள்ளத்தில மீனுக்கு மூச்செடுக்க முடியாது. அதனால மேல வரும்.”

“நொத்தோலி தொட்டு வேளா வரைக்கும் நம்ம இந்த கடப்புறத்து கரமடியில ஏறப்பிடிச்சது ஒரு காலம். அத இப்போ நெனச்சுப்பாக்க முடியுமா? ம்...”

“நான் நேரத்த சொன்னதுபோல, இந்த சத்துவெள்ளத்தில நொத்தோலி, காரப்பூச்சி மாதிரி சின்னச்சின்ன மீனுங்க

குஞ்சுபொரிச்சு பெருத்துவளரும். சாளயும், மொரலும், அயிலயும் இந்த பொளிக்கரயிலத்தான் குஞ்சுபொரிச்ச வரும். இந்த மீனுகளத்தின்ன சூரயும் வேளாவும் வரும். ஆறு கடல்ல சேருத எடங்களில நம்ம கரமடி வள்ளங்களுக்கும் வலைகளுக்கும் நல்ல மீன்பாடாட்டு இருக்கும். ஆக மொத்தத்தில ஒரு மீன்திருவிளா."

"நம்ம ஊர்களில இப்போ ஏன் மீன் கரையில வருவதில்ல?"

"பண்டுமாதிரி இப்போ நம்ம இரயும்மந்துறை பொழி ஓடல்லயே. ஆறு கடல்ல கலக்கணும். அல்லாத பட்சத்தில மீனுக்குத் தேவையான ஊட்டச்சத்து கிட்டாது. இப்போ, கடலுக்கு கரையில எந்த மீனு இருக்கு? நாம மீனுக்கு இரைகொடுக்க முடியாது. ஆறுதான் கொடுக்கணும். அணைகட்டி ஆற கடல்ல கலக்கவிடாம தடுத்தா கடல்ல மீன் எப்படி வளரும்? நான் சொல்ல வந்தது வேறு விசயம். நாங்க கொச்சியில இருந்த சமயத்தில, எர்ணாகுளத்தில ஒரு பெரிய ஆர்பர் வருவதா சொன்னாங்க. அந்த ஆனியாடியில வைப்பன் கடப்புறத்தில கடலரிப்பு. தடுப்புச்சுவரு கட்டியிருந்தது. ஆனாலும், கடலரிச்சிட்டிருந்தது. அடமள, அறஞ்சு வீத்துது. அந்தச் சமயத்தில ஒரு வெள்ளக்காறரு கடப்புறத்தில வந்து எங்களையெல்லாம் விளிச்சு, தென்னம்மட்டைய வெட்டி, வரிசயாட்டு கல்ல அடுக்கி வெச்சது. அதோட கடலரிப்பு நிண்ணது."

"அது யாரு?"

"ராபர்ட் பிறிஸ்டோ. புதிய துறமுகத்த கட்ட வந்த எஞ்சினியர். துறைமுகம் வருதெண்ணு சொன்னதும், எர்ணாகுளத்தில நிலங்களுக்குப் பொன்னு வெல. பணமுள்ளவன் நெலங்கள வாங்கிப்போட்டானுவ. எப்படியும் அவனுககிட்டயிருந்துதானே அரசாங்கம் வெலகொடுத்து வாங்கணும். நல்ல லாபம் பாக்கலாமெண்ணு நெனச்சிட்டிருந்தானுவ."

"அது சரிதானே"

"இதில பிரச்சன என்னண்ணா, இந்த துறைமுகத்தினால எர்ணாகுளத்தில எந்த மாற்றமும் வரக்கூடாது. ஆனால், கப்பல நிறுத்திச் சரக்குகள எறக்கி வேறு ஊர்களுக்கு கொண்டும் போகணும். அவருக்கு மலய வெட்டி துறைமுகம் கெட்டுவதில ஆர்வம் கிடையாது. அந்த ஊரில என்ன கிட்டுமோ, அதவெச்சுதான் துறைமுகம் கட்டணும். அப்பதான், எர்ணாகுளத்துக்கும் பாதிப்பில்லாம, நிரந்தர துறைமுகமும் வரும்."

"கொச்சியில என்ன கிட்டும்?"

“மண்ணு கிட்டும்”

“அப்போ, மண்ணு வெச்சா துறைமுகம்?”

“ஓம், கொச்சி துறைமுகம் மண்ணால் செய்தது. கொச்சி காயலை கப்பல் வெச்சு தோண்டி ஆழப்படுத்தி, அந்த மண்ணக்கொண்டு வெந்துருத்தி தீவ பெரிசாக்கினாரு. கடைசீல, அந்தத் தீவில துறைமுகம். அங்கிருந்து பாலம் கட்டி அதுவளியா கப்பல் சரக்க கொண்டுபோகச் சொன்னாரு.”

“சாகர வந்தா, அந்த செளியும் மண்ணும், பொளிமுகத்த நெறச்சுப்போடுமே?”

“பிறிஸ்டோ உண்டாக்கின தீவும், அதுபோல, ஆறோட ஆழம் அதிகமா இருப்பதால, பொளி வெள்ளம் கடல்ல ஒறப்பா போயி, கப்பல் வருத எடத்தில மண்ணுஞ்செளியையும் தங்கவிடாது.”

“தலை உள்ளவந்தான்.”

“இதில, இனியும் ஒரு பிரச்சனை. ஒரு வர்ஷம், ஞாறக்கல் சாகர, எடம்மாறி தெக்கோட்டு நணுவிநணுவி வந்துகொண்டிருந்தது. இவரு பேடிச்சாச்சு. காரணம், கப்பல் வருத எடத்தில சாகரவந்தா, அந்த எடம் முச்சூடும் மண்ணு நெரம்பும், இனியும் மண்ண கப்பலுவெச்சு வாரியெடுக்கணும். ஆனா, அவருக்க நல்லநேரம், அந்த சாகர வைப்பனுக்க நேரவந்து நிண்ணது.”

“அதுக்க பெறகும் அப்படி வரல்லயா?”

“இல்ல, பிறிஸ்டோவோட கணக்குப்படி, நூறுவர்ஷங்களுக்கு ஒருவாட்டி சாகரா இதுமாதிரி எடம் மாறும். இனியும், தா, வருத ரெண்டாயிரத்து இருபதுவாக்கில அப்படி வர வாய்ப்புண்டு”

“அதுக்கு, அங்கு ஏற்கெனவே கப்பல் போற எடத்தில மணலு ஏறி, கப்பலெல்லாம் தறதட்டி நிக்கல்ல செய்து.”

“இந்த மண்ணுகேறினதெல்லாம், ஆயிரத்தித் தொள்ளாயிரத்தி எம்பதுகளுக்க பெறவுதான். அதுக்கு ரெண்டு காரணம். ஒண்ணு, கொச்சி ஆர்பறில, புதிய ஜெட்டி ஒண்ணு கெட்டினானுவ. அந்த ஜெட்டிய பில்லர் போட்டு நிறுத்தாம, கல்லக்கொண்டு எறக்கி, ஆத்துவெள்ளம் ஓடிப்போவ வளியில்லாம செய்து போட்டானுவ. அதனால, வைப்பனிலயும் கடலரிப்பு கூடிச்சு. ரெண்டாவது காரணத்த சொல்லண்டாம். இந்தப் புதிய வல்லார்பாடம் துறைமுகம். அதுவும், ஆத்து வெள்ளத்துக்க போக்க மாத்திப்

போட்டது. பிறிஸ்டோ இருந்த காலம்வரைக்கும் கொச்சி துறைமுகம் நல்லாத்தான் இருந்தது. எப்போ கல்ல எறக்கினானோ, அதுக்கப்பிறகு, கொச்சி துறைமுகம் மண்ணுக்க கீளப்போகத் தொடங்கிச்சு."

"இதுக்கும், நம்மத் துறைமுகத்துக்கும் என்ன சம்பந்தம்?"

"முதல்ல தாமிரபரணி ஆறு இயற்கையா, இருந்ததுபோல, எந்த தடுப்புமில்லாம ஓடணும். கொச்சியில் செய்ததுபோல, ஆறை ஆழப்படுத்தி, மண்ணெல்லாம் கடலில் போகச்செய்யணும். அதுக்கு இப்போ தடையா இருப்பது பறக்காணி அணை."

"பறக்காணி அணைக்கு கேசு நடந்ததே?"

"தீர்ப்பும் வந்தாச்சு. பறக்காணி அணைய தமிழக அரசு சட்டவிரோதமாக கட்டியதாக பசுமைத்தீர்ப்பாயம் அதனுடைய தீர்ப்பில் சொல்லியிருக்கு. அதைப்போல, அந்த அணையை உடைக்கவும் கூடாதெண்ணு அதே தீர்ப்பில் சொல்லியிருக்கு."

"அப்போ துறைமுகம்?"

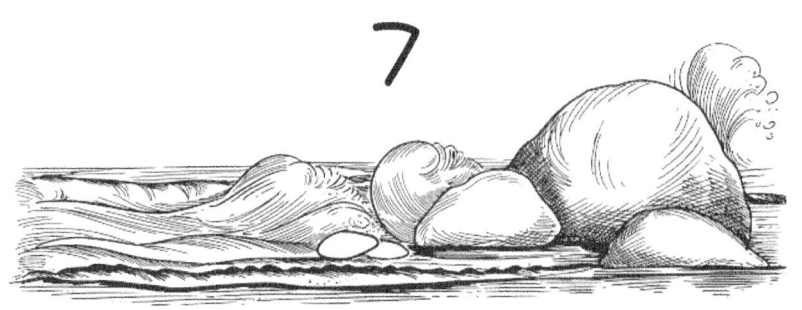

7

மீனவநண்பன்

“கலாரசிகப் பெருமக்களே, அதிர்த்தி ஷத்று பாளயங்ஙளில் நிந்நும், சீறிப்பாஞ்ஞு வருந்ந வெடிகுண்டுகள்க்கெதிரே, நெஞ்சும் மலர்த்தி, இண்டியயுடே மானங்காத்த, மக்கள் திலகம், புரட்சித்தலைவர், பொன்மனச்செம்மல், கொடைவள்ளல், பறங்கிமலைச்சிங்கம், தென்னாட்டுக்காந்தி, படையிலே தளபதி, கொடுத்துச் சிவந்த கரங்கள், தங்கபஸ்மம் எம்ஜிராமச்சந்திரன்,

மஞ்ஞில் விரிஞ்ஞ பூவு, நம்முடே பொன்வோமனப்புத்றி லதா, அடிகொண்டு அடிகொண்டு கரளுபொட்டி, வீண்டும் தல்லுகொள்ளான் வருந்ந நம்முடே ப்றியங்கரனும் பயங்கரனுமாய எம்மென் நம்பியார்,

சிரிப்பிச்சு சிரிப்பிச்சு, சிரியுடே மலப்படக்கம் பொட்டிப்பிக்குந்த நாகேஷ், தேங்காய் ஸ்ரீனிவாசன், சச்சு எந்நிவர் ஒந்நிச்சு மல்சரிச்சு அபிநயிச்ச, மீனவநண்பன், மீனவநண்பன், மீனவநண்பன் எந்ந சித்றம், இந்நு ராத்றி கிறித்யம் ஒன்பது மணிக்கு நம்முடே

இடைப்பாடு பரிசுத்த சவேரியார் தேவாலய, கடப்புற வெள்ளித்திரயில் மின்னித்திளங்ஙுந்நு, மீனவநண்பன். துச்சமாய எட்டணா மொடக்கி, பட்டுமெத்தயில் பாய்விரிச்சு நோக்குவின், மீனவநண்பன்." என்று ஒலிப்பெருக்கி சீறிக்கொண்டிருந்தது.

"கலாரசிகப் பெருமக்களே, அதிர்த்தி ஷத்றுபாளயங்ஙளில் நிந்நும்..."

"அதிர்த்தி ஷத்றுபாளயம் எப்பளும் வேண்டாம்."

"ஆ, இந்நிதா இடைப்பாடு வெள்ளித்திரையில் எம்ஜியார் மற்றும் லதா, எந்நிவர்க்காய், பட்டுமஞ்சமொருக்குந்நு, மீனவநண்பன், மீனவநண்பன்." ஒலிப்பெருக்கி கிறீச்சிட்டது.

இடைப்பாடு திருவிழாக்கோலம் பூண்டது. மக்கள் ஆவலுடன் காத்திருந்தார்கள்.

"பிள்ள, ஒம்பது மணி, நல்லா பிந்திப்போச்சு"

"இண்ணு நாலு ஊரில இந்தப் படந்தான். ஒரு ரீலு களிஞ்சா மற்ற ஊரணும், நம்ம ஊருக்குக் கொண்டுவரணும்."

"இந்தப் படிச்ச பயலுவளுக்கு ஒரு வெவரவும் இல்ல. லேய், எம்ஜியாறுக்க படம் ஓடணும், அத்றயுந்தானே? கடசி றீல ஆறுமணிச்சு இங்ககொண்டு போடு. வாத்யார கண்ணில காட்டுமி."

"ஓய் நிங்களுக்கு வேற வேலயுஞ்சோலியுமில்லயா? றீல மாத்திப்போடு, பேச்சுகொள்ளாம். பூத்துறயில பாவமன்னிப்பு. எட்டுமணிச்சு. நீங்க அங்க போயி பாருமி"

"அது தூரம் கூடிப்போச்சு, பிள்ள. நம்ம கடப்புறத்தில இருந்து படம்பாக்க ஒரு சொகம்."

ஆறுமணிக்கே சினிமாக் கொட்டகையினுள் வேறு ஊர்களிலிருந்தும் ஆட்கள் வரத்தொடங்கியிருந்தார்கள். சினிமா கொட்டகையினுள் கறுத்த பார்டர் கொண்ட திரையை இரும்புப் பைப்பில் நான்குபக்கமும் கோர்த்து இரண்டு தடியில் ஏற்றிக் கட்டினார்கள்.

"லேய் தெரய கெட்டுதது கொள்ளாம். எம்ஜியாறும் லதாளும் நல்லா ஓடிவெளயாடுவாரு. ரெண்டு ஆளுக்கும் கனம் கொறச்சு கூடுதலு. ஸ்றாங்காட்டு தெரயகெட்டு. தெர கீள விளப்பணி பாத்துக்கோ. தெர பிஞ்சா காரியம் கொளப்பம்."

தேன்குழல் பேரீச்சம்பழக் கடைகள் கூட்டம். ஒரு பெரிய வாணலியில் மணலைப்போட்டு சூடுபண்ணிக்கொண்டிருந்தார்கள்.

"காப்பி, காப்பி சுக்குக்காப்பி..."

"கடல இல்லயா?"

"மண்ணு சூடாவட்டு"

மண்ணு சூடானதும், அதில் கடலையைப்போட்டு வறுத்தெடுத்தார்கள். "கடலே, பொரிக்கடலே..."

"டேய் தம்பி, ரெண்டு பீடா."

"நெட்டு இல்ல"

"பின்ன கடய மூடு. பொகயிலயும் இல்லயா? பெட்டியில பாரு, இத்திரிப்போல கெடக்கும்"

"டிக்கட் கொடுக்கான் தொடங்ஙிக்களிஞ்ஞு. வீட்டின்றகத்து காத்திரிக்காதே, அடஞ்ஞுகெடக்காதே, வந்நு நோக்கு, மீனவநண்பன்"

"மச்சம்பி, இந்த ஜனப்பிறளயம் நம்ம கோட்டயில தாங்குமா? பெர பொட்டும்."

"அளியா ஒள்ளதுதான், இந்த பெரச்ச ரெண்டுமடங்கு ஆளுவ. என்ன செய்யிலாம்."

"டிக்கட்ட கொடுக்குமட்டும் கொடு. ரெண்டு ஓலய பெறவு தெக்கு சைடில தெறந்துவிடலாம்."

"ஐடியாவப் பாரு. இண்ணு, நாலு படத்துக்க பணம் கிட்டும்."

மக்கள் குடும்பங்களுடன் வரத்தொடங்கி இருந்தார்கள். இடுப்பிலும் தோளிலும் குழந்தைகளைத் தூக்கிக்கொண்டு சென்றார்கள்.

"ம்பே, பெட்டிய பத்திரமாட்டு வெச்சுக்கோ"

"மாவா?"

"ஓம், ஏளு எலபோட்டு இடிச்செடுத்த பச்சரி மாவு"

"வறுத்த மாவா? பிள்ள நீ வீட்டிலயா ஆன?"

"இதாரு? லேய் செவிடா, விறுத்திகெட்ட வேளம்சொல்லாத போவில. எங்க அண்ணனுக்க கிட்ட சொல்லிக்கொடுக்குவேன் பாரு."

"ஆரு, நிங்க அண்ணன் நொத்தோலியா?"

"என்ன சொன்ன, ரேடியா சத்தத்திலி நீ சொன்னது கேக்கல்ல"

"இதா, நிங்கள் ஆகாம்ஷயோடே காத்திருந்நா மீனவநண்பன் ரீல் வந்நு கழிஞ்ஞு. எல்லாரும் அவரவர் ஸ்தானத்தில் இரிக்கான் அப்பயர்த்திச்சுகொள்ளுந்நு. மீனவநண்பன், இதா, தொடங்ஙிக் கழிஞ்ஞு."

சிறுவர்கள் முன்வரிசையில் அண்ணாந்து திரையை பார்த்துக் கொண்டிருந்தார்கள்.

"லேய், பெறக்க நீங்கி இருயுங்கல. அண்ணாந்து என்னத்தய பாக்க நெருங்கியடிச்சு இருக்கி. இண்ணு மளபெய்யும், பெறக்க நீங்கியிருங்கல."

"தொடங்ஙிக்கழிஞ்சு மீனவநண்பன். இனி அஞ்சு நிமிஷங்ஙளில், டிக்கட் நிறுத்தும். வாய்நோக்கி நிக்காதே, கொட்டகயுடே அகத்து கயறு"

"லேய் பல்லா, நூஸுரீலு போடாத. படத்த தொடங்கு. நேரம் நல்லா பிந்தியாச்சு."

"அதெவண்டே என்னே பல்லனெந்நு விளிச்சது?"

"லேய் துருத்திப்பல்லா, நூஸுரீலு போடாதல. சொன்னாக் கேளு. படத்த தொடங்கு."

திரையில் வெட்டும் குத்துமாக மழை விழுந்துகொண்டு, படம் ஓடத்துவங்கியது.

"லேய், வெறும் பதினாறு ரீலுதான். அதனாலத்தான், பயலுவ பிந்தி தொடங்கினானுவ."

"பேச்ச நிறுத்திக்கொண்டு பாருங்கல"

"டோய், இரி இரி. அது யாரு, இந்த நெருக்கத்தில நடந்து போறது. கொளந்த ஒறங்கிது, மண்ணுபோடாத போவில."

"போட்டு அண்ணா."

"இது நீயா, வயிறா, இவிட இரியில."

கடற்கரைப் புதுமணலில் சுகமாக மக்கள் படம் பார்த்துக் கொண்டிருந்தார்கள். கடற்கரையின் அலைச்சத்தம் மெதுவாகக் கேட்டது. சிறிதுநேரத்தில் அலைகளின் சத்தம் படத்துடன்

இணைந்தது. மக்களும் படத்தின் கதாபாத்திரங்களானார்கள். லேய், லேய் சாம்பா, சப்பாத்தி எடுத்தது மதியில, வெளியிலி போல, வெளியில போல. மத்தவன் இப்ப வருவான், வெளியில ஓடுல. வாத்யாரே, நம்ம ஆள அடிச்சிதான், ஓடிவா. நான், சொன்னேனே, தோ, தலைவரு வந்தாச்சு.

'நான் எரியும் நெருப்பு, என்னை யாரும் நெருங்க முடியாது' என்று எம்ஜியார் சொன்னதும் கைத்தட்டலும் விசிலடியும் பறந்தது.

'ஐயா, பெரியவரே இந்த பூச்சாட்டிக்கெல்லாம் நான் பயப்படமாட்டேன். துப்பாக்கியால் சுடப்பட்ட அனுபவம் எனக்கு ஏற்கெனவே உண்டு. என்மீது ஒரு சிறு துரும்புப் பட்டாலும் என்னாகும் தெரியுமா?' என்றதும், மீண்டும் உற்சாகச் சத்தம். கடலில் அலை ஓங்கியடித்தது.

'உங்க உடம்பில உயிர் ஒட்டிக்கொண்டிருந்தாத்தானே, கொஞ்சமாவது ஜீவனிருந்தாத்தானே, உங்களுக்கெல்லாம் படியளக்கிற சீமானுக்கு காலமெல்லாம் உங்களால் உழைக்க முடியும். அதுக்காக ஒருபிடி சோறுகிடச்சா போதுமெண்ணு நீங்க நெனக்கிறீங்க. இதோ செத்துக்கிடக்கிறானே இந்த அப்பாவி, இவனும் நெனச்சான். அதுக்காக அவனோட நெனப்பு தவறெண்ணு நெனச்சு உங்க மொதலாளி கொடுத்த தண்டன என்ன தெரியுமா? மரணம், ஆமாம் மரணம்' எம்ஜியார் புரட்சியில் வெடித்துக் கொண்டிருந்தார்.

"லேய், எனக்கு மனசிலாவல்ல"

"என்ன?"

"சீமான் யாரு?"

"அர்த்தம் கேக்காத, சும்மா படத்ந்ரபாருல."

"சீமான் யாரெண்ணு சொல்லு."

"பராசக்தி படத்தில, 'ஓ ரசிக்கும் சீமானே வா' அந்தப் பாட்டிலொள்ள சீமான்."

"அவன் அங்கணும் இங்கு என்னத்துக்கு வந்தான்?"

"லேய், நிக்க பெட்டிய பொட்டிப்போடுவேன். இருக்கெண்ணா, சும்மா இவிட இருந்துக்கோ. தோ, அங்ஙன பச்சமீனு ஒத்தயில இருந்து படம்பாக்குதா. அவளுக்ககிட்ட போயிருந்து சூடுபிடி, போவில."

"லேய், அருளப்பா ரெண்டுகூடு கடல வேண்டிக்கொடுத்துவிடு."

"இந்த நெருக்கத்தில நான் எங்குபோவ?"

"அங்கணும் தூக்கி எறியில"

"வாத்தியாரே, பெறக்க ஆளு, தலயில அடிச்சுதான்"

'நேருக்கு நேராய் வரட்டும், நெஞ்சில் துணிவிருந்தால், வலியோர் ஏழையை வாட்டிடும் கொடுமை இனியொரு நாளும் நடக்காது, இனியொரு நாளும் நடக்காது, தனியொரு மனிதனுக்கு உணவில்லை என்றால் ஜகத்தினை அழித்திடுவோம், என்று தமிழ்க்கவி பாரதி பாடிய பாட்டை நடைமுறையாக்கிடுவோம்.'

"இது பாட்டு, எனக்கு கை ஊருதில. நம்பியாருக்கு நான் ரெண்டு கொடுத்துக்கொண்டு வாறேன். நீ இரி"

"நீ, எங்கு போற"

"மோள"

"டோய், டோய், கீள இரியில. பௌந்து போடுவேன், பௌந்துபோடுவேன்" பின்னாலிருந்து சத்தம் நம்பியாரைத் திட்டியவனின் சட்டையைப் பிடித்தது. தரையில் உட்கார்ந்தான். எம்ஜியாரென்று நினைத்தவன் சிறிதுநேரத்தில் பின்னால் இருந்தவனுக்கு நம்பியாரானான். நம்பியாராவது பரவாயில்லை, சிலநேரங்களில் நாகேஷ்.

'வெள்ளி மொளக்கிறப்போ, கடல்லே புறப்படுறானே மீனவன், சுழலுக்கும் சூறாவளிக்கும் தப்பி, அவன் கரைவந்து சேருற வரைக்கும் அவன் உயிருக்கு என்ன பாதுகாப்பு இருக்கு, அவன் குடுபத்துக்கென்ன ஆதரவிருக்கு?' - எம்ஜியார்.

"இது சத்திய வார்த்த"

"களுக்கோலு, களுக்கோலு, தலைய தாத்தில. தலய பாம்பப்போல பத்தியெடுத்துக்கொண்டு, சத்திய வார்த்தயாம். ச்சே, ஒண்ணும் காணுதில்ல. அங்கு திரிஞ்சா இங்கு ஒயிருது, இங்கு திரிஞ்சா அங்கு பாம்பப்போல தல வளருது. தாந்திரியுங்கல, எனக்க வாயணும் ஒண்ணும் வாங்கம."

"என்னது பாம்பா?"

"ஓம், பாம்பு. பிடிச்சு..."

"ஐயோ, பாம்பு, எல்லாரும் ஓடுமி"

ஜனங்கள் பதறி ஓடமுயன்றனர். திரைப்படத்தை நிறுத்தினார்கள்.

“வேய், எளா, எளா”

“ஐயோ, கொளந்த. சவிட்டாத, கொளந்த”

“லேய், ஒருத்தனும் ஓடாதல. பாம்பும் மயிரும் இல்ல. எல்லாவனும் இரி. படத்த போடு. கொள்ளாம், ஏக்கே ராஜுவுக்க டிராமா சமயத்திலயும் இப்படித்தான்.”

“ஓம், டிராமாவில, மற்றக் கோளியெல்லாம் ஸ்டிரைக்கு பிடிச்சு முட்டயிடாத இருக்கித சமயத்தில நம்ம வர்கீஸு, கயற தூக்கி எறிஞ்சான். கயற பாம்பெண்ணு சொல்லி ஆளுவ ஓடி, கண்ணுமண்ணும் தெரியாத, இருட்டில கடல்ல போயிச்சாடினானுவ.”

“பாம்புக்கு கடல்ல என்னதுக்கு சாடினான்?”

“அதுகொள்ளாம், நமக்கு ரெச்சப்படவொள்ள கடசி எடம் கடலு மட்டும்தானே. நீ இதச்சொல்லுத. ஸ்பீடு லாஞ்சியில கடலுவளியாட்டு போலீசு வருதெண்ணு சொன்னப்போ, நம்ம டிக்கார்தூசு கடல்ல ஓடிச்சாடியிருக்கு”

“லேய், படத்தப்போடுங்கல.”

“பல்லா, படத்த போடச்சொன்னா போடுல, எனக்க கையணும் தட்டு வேண்டாத. ஆத்தியத்த அடிசீனணும் சுத்திப்போடுலே.”

“கொல்லங்கோட்டில இந்த றீல கொண்டுபோகணும். நேரமில்ல.”

“அதுசரி, அப்போ, இந்த றீலு பெட்டிய இங்கணும் தீர்ச்சயாட்டும் கொண்டுபோவ. காளவண்டிய கடல்ல தூக்கிப் போடுவேன். றீல திருச்சு சுத்து” றீல் பின்னோக்கி ஓடும் சத்தம். படம் மீண்டும் ஓடத்தொடங்கியது.

“லேய், ரெட்ட எலய பாத்தாயா?”

“எங்கு?”

“நீ நிங்க மைனிய பாக்காத, எம்ஜியாறுக்க தலச்ச மேலப்பாருல.”

“ம்பே, பனித்தாசி, லதா மாடலு மாடலு பிளவுசு போடுவாளெண்ணு பாத்தா, நிக்கறும் சட்டயோட நடக்குதா?”

“நானும் நெனச்சேன், இதில நம்ம சரோஜாதேவி ஒண்டெண்ணு. எனக்க மோளுக்கு ரெண்டு மாடலு எம்பறெங்கிலும் கிட்டப் பாத்தது.”

“ஆ கொள்ளாம், படகோட்டிப் படத்தில சரோஜாதேவி போட்ட எம்பறு நல்லா இருக்கும். நிக்க மோளுக்கு எடுத்துக் கொடு”

“பெண்ணுங்க பேசும்போ, நீ என்னத்துக்கு எடயில சொருவுத. பெறக்க நீங்கி இரியில.”

“ஆனாலும், லதாளுக்கு நல்ல எடுப்பாட்டுத்தான் இருக்குது.”

‘தங்கத்தில முகமெடுத்து, சந்தனத்தில் முகமெடுத்து’ பாடல் ஓடிக்கொண்டிருந்தது.

“தோ பாரு, நீல எம்பறு நல்லாத்தான் இருக்குது.”

“ம்பேய், மாவுந்தின்னுக்கொண்டு சும்மாயிரி. எம்பறும் பிளவுசும். படம்பாக்க விடமாண்டி. தேவலோகத்தில சஞ்சரிச்சுக்கொண்டிருக்க சமயத்தில”

“லதா மானப்போல துள்ளுவதப்பாக்காம, அவளுவளுக்க தூப்பத்தப்பாரு. மலர்ந்து கனிந்து சிரித்துக் குலுங்கும் கனியாகவோ?”

“லேய் பான வயிறா, வேண்டாம். குலுங்கினா, நிக்க சக்க வயறு கீறிப்பெளந்து விளும்.”

‘நாள கத்தியோட சந்திக்கிறேன்.’ - நம்பியார்.

“நாள நம்பியாருக்கு அந்தியம், எனக்க இடுப்பிலயும் ஒண்ணு இருக்குது, வா”

‘கையில கத்திய பிடிச்சவொடனே வீரனாக முடியாது, மிஸ்டர்.’ - எம்ஜியார்.

“எந்த கத்தி?”

“வாளு”

“ஓம், வாள்வீச்சு நம்மகிட்டயாக்கும். மதுர மீட்ட சுந்தரபாண்டியன் நான். லேய் நம்பியாரு ஓடிப்பெருக்குடு இங்கணும். இனியும் நீ இந்த தெரிசனத்தில காணப்பணி” வாள்சண்டை துவங்கியது.

“வெரட்டியடி, கொண்டுபோ, கொண்டுபோ, நம்பியாற கடல்ல வெரட்டியடி.”

“வாள் வீச்செண்ணா எம்ஜியாறுதான்.”

“லேய், கையில ரெட்டயில பச்சகுத்தினவம்மாரே, வாள்வீச்சிலி எம்ஜியாறுக்க போத்தி ஒருத்தன் ஒண்டு.”

“ஆரு?”

“ரஞ்சன். நீயெல்லாம் சின்னப்பயலுவ.”

“நீயும், கொறச்சு நாளாட்டு ரஞ்சன், சிவாஜி. நாள காலத்த நேரம் வெளுக்கட்டு, காட்டித்தருதேன்.”

“நான் சொன்னதப் போலத்தான், நம்பியாரு கடல்ல விளுந்தாச்சு.”

“பாருல, உருண்டடி. அவனுக்க கையணும் வாளு தெறிச்சேஞ்சது?”

“நீ சும்மாயிரில. தலைவரே விடாத, நெருக்கு, நெருக்கு, பாறயில நெரிச்சு வை.”

கட்டம் மறிந்து அடுத்த சீன் ஓடியது.

“லதாளுக்க இந்த எம்பறு சிம்பிளாட்டு இருக்கிது. சரோஜாதேவிச்சு குறுக்கு நல்லாத் தெரியும். இது அடக்கமாட்டு இருக்குது.”

“ஓம், அவளுக்கு வலிய களுத்து, அக்காகாறி போட்டிருக்கது கை கொறச்சு மேல ஏறி, சந்தமாட்டு இருக்கிது. பட்டுசாரிச்ச களறப்பாரு”

“பட்டுசாரியும், வாயிலு சாரியும். ரெண்டெண்ணத்தயும், கடல்ல தூக்கிப்போடுவேன்.”

“எம்ஜியாறு கண்ணடிச்ச ஸ்டைல பாத்தியா?”

‘நேரம் பௌர்ணமி நேரம், உறவு எனும் திருநடனம் மெல்லமெல்ல இரவினில் அரங்கேறும்.’

“இது பாட்டு, எம்எஸ்விஸ்வநாதன் சாதாரணப்பட்ட ஆளா?”

‘தென்னை கொண்ட நீரும், திராட்சை கொண்ட சாறும், உன்னிடத்தில் ஊறும், என்னிடத்தில் சேரும், நேரம் பௌர்ணமி நேரம்’

"ஐயோ கடலு, கடலு, எளா, எளா"

ஒரு பெரிய அலை கொட்டகையினுள் திரண்டுவந்தது.

"தூக்கு, தூக்கு"

"என்னத்தய?"

"லதாளயும் எம்ஜியாறயும்"

"நனயப்பணி, முன்ன ஓடு" உயிரயும் கொண்டு ஓடினார்கள்.

"டேய், பெட்டியத் தூக்கு, ரீல் பெட்டியத் தூக்கு" ஒரு குழப்பம், பெட்டி யாரு? எம்ஜியாறா அல்லது லதாவா?

"இதா, இந்தப் பிளாஸ்டிக் வெச்சு மூடு" பிளாஸ்டிக் பேப்பரை எடுத்துக்கொண்டு ஒருவன் திரையை நோக்கி ஓடினான். "வெயிட்டு கூடுதலு, தூக்கு" முன்னால் கட்டியிருந்த திரையை இரண்டுபேர் தூக்கிக்கொண்டு நின்றார்கள்.

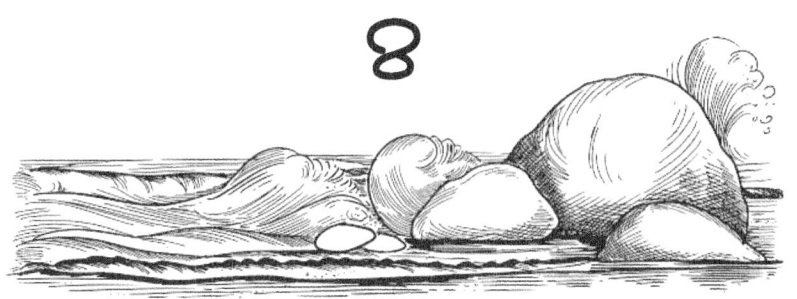

8

விழிகளின் தேவதை

நான் சனிக்கிழமைகளில் லூக்காஸ் அண்ணனின் தையல் கடையில் அமர்ந்து ஹெம்மிங் தைப்பது, பட்டன் ஐயூக்கு வைப்பதுபோன்ற சின்னச்சின்ன வேலைகள் செய்வேன். தையல்மெஷினில் உட்காரமாட்டேன். எங்கள் பக்கத்துவீட்டு அக்கா தையல் அடித்துக்கொண்டிருந்தபோது தையல் ஊசி கைவிரலில் ஏறி உடைந்தது. அதுமுதல் எனக்கு தையல்மெஷின் என்றால் பயம். வேலைக்குக் கூலி எதுவும் கிடைக்காது. லூக்காஸ் வெளிநாட்டிலிருந்து கொண்டுவந்த டேப்ரிக்கார்டரில் நல்ல பாட்டு மட்டும் கேட்கலாம். புதுப்படப் பாடல்கள் வெளிவந்தால் கண்ணனாகம் சென்று கேசட்டில் பதித்து வருவேன்.

“தாவீது, கண்ணனாகம் போகணும் வாறியா?” லூக்காஸ் இடது கண்ணை ஒருகையால் மூடியிருந்தார்.

“என்னண்ணா? கேசட்டுதானே, நான் மட்டும் போயி ரெகார்ட் பண்ணிக்கொண்டு வாறேன். ‘மூன்றாம் பிறை’ தானே? ‘பயணங்கள்

முடிவதில்லை' பாட்டையும் ஒரே கேசட்டில ரெக்கார்டு பண்ணட்டா?"

"அதுக்கில்ல, எனக்கு கண்ணு நொம்பலம் கூடுது. வைத்தியருகிட்ட போயி காட்டணும்."

கடற்கரையைப் பொறுத்தவரை ஜனவரியில் தொற்றுநோய், அதன்பிறகு ஏப்ரலில் கண்நோய். ஆனியாடியில் பஞ்சம். பொதுவாக முருக்குமரம் பூவிரிக்கும் மாதம் கண்நோய் அதிகமாக இருக்கும் என்று சொல்வார்கள். இது, முருக்குமரத்தின் சிவந்தப் பூவைப் பார்ப்பதனால் ஏற்படுவதாக நம்பப்பட்டது.

"கண்ணக்காட்டுங்க?" என்றதும், கையைத் திறந்து காட்டினார். தீயைப்போன்று கனலாக இருந்தது. மறுகண்ணில் பிரச்சனையில்லை. நாங்கள் கொளுத்தும் வெயிலில் ஆற்றோரமாக தென்னைமர நிழல் வழியாக நடந்து சென்றோம்.

"நான் முதல்லயே சொன்னேன், ஆஸ்பத்திரியில போய் காட்டுங்கெண்ணு. நான் சொன்னத கேக்காம, ஒரு ரூபாவுக்கு கடயில கிடைக்கித பெனிசிலாயத்த வாங்கிப் போட்டுக் கொண்டிருந்தா எப்படி?"

"சாதாரணமா பெனிசிலாயம் போட்டா கண்ணு சரியாவும். இப்படி ஆகிப்போச்சு."

நாங்கள் கண்ணனாகம் வைத்தியச் சாலையில் சென்று கண்ணை காட்டினோம்.

"இது சாதாரணமா வருவதுதான். பிரச்சனையொண்ணுமில்லை" என்று சொல்லி தலையில் தேய்க்கும் ஒரு தைலத்தை தந்தார்கள். இரண்டு நாட்களில் மறுகண்ணும் சிவக்க ஆரம்பித்தது.

"அண்ணா, ரீத்தா ஆஸ்பத்திரியில கொண்டு காட்டலாம்."

"அதுக்குப் பைசா எங்க இருக்கு?"

"கஞ்சத்தனம் காட்டாதீங்க. ஈஸ்டர் திருவிளா வருது. நம்ம கடப்புறம் ஆளுங்க ஒண்ணுக்கு ரெண்டா உங்ககிட்ட துணி தெய்க்கத் தருவாங்க."

"போடா, எனக்ககிட்ட வாறதெல்லாம் ஜம்பறும் பிளவுசும்தான். சாரிகளுக்கு ஓவர்லாக் அடிச்சுக் கொடுக்கணும். இதவெச்சு நான் என்ன செய்ய?"

“ஒள்ளதுதான், இப்பவெல்லாம் எல்லாரும் ரெடிமேடு சட்டயும் பேண்டும் மிடியும்தான் போடுதாங்க. அண்ணா, இப்படி விட்டா சரியாகாது. இந்த வெயிலுக்கு ஒரு கூளிங்கிளாஸ் கண்ணாடியாவது போடுங்க.”

பெனிசிலின், தலைக்கு எண்ணை, கூலிங்கிளாஸ் இவை எதுவும் லூக்காசிற்கு உதவவில்லை. கண்நோய் அதிகரித்துக் கொண்டிருந்தது. இரவில் கண் வலிக்க ஆரம்பித்தது. காலையில் எழும்பும்போது கண்திறக்க முடியவில்லை. கண் பீந்தையால் இறுகி இருந்தது. சூடு தண்ணீரால் ஒத்தடம்போட்டு கண்ணைத் திறக்க வேண்டியிருந்தது.

கடைசியில் ரீத்தா ஆஸ்பத்திரியில் சென்று காட்டியபோது அவர்கள் குழித்துறை அரசு ஆஸ்பத்திரியில் சென்று காட்டச் சொன்னார்கள். வெட்டுவெந்நியில் சென்று காட்டினோம். கண்ணைப் பரிசோதித்துவிட்டு, இது சாதாரண கண்நோய் இல்லை. கண்ணில் புரை இருக்கிறது. இனியும் மருந்துபோட்டு இதைக் குணப்படுத்துவது சற்று கடினம். அறுவைச் சிகிச்சை செய்ய வேண்டியிருக்கும். எதற்கும் ஆசாரிபள்ளம் அரசு ஆஸ்பத்திரியில் சீக்கிரம் சென்று காட்டச்சொன்னார்கள்.

லூக்காசிற்கு கண்பார்வை சற்று மங்கத் துவங்கியது. கண்ணிலிருந்து தண்ணீர் வழிந்துகொண்டிருந்தது. நான் லூக்காசை அழைத்துக்கொண்டு நாகர்கோயில் ஆசாரிபள்ளம் அரசு ஆஸ்பத்திரிக்குச் சென்றேன். அங்கே ஏராளம்பேர் கண்ணாடி அணிந்தும், சிவந்த கண்களுடனும் அமர்ந்திருந்தார்கள். நாங்கள் டாக்டரைப் பார்க்க மதியம்வரை காத்திருக்கவேண்டியிருந்தது.

“இதென்ன, இப்படியிருக்கு? உடனேயே ஆபரேஷன் செய்ய வேண்டும். அல்லது கண்ணு ரெண்ணும் குருடாகிவிடும்” என்றார்.

“ஐயோ, எனக்கு மக்ககுட்டிங்க உண்டு. மருந்து ஏதாவது கொடுங்க.”

“மருந்தா? உங்க கண்புரை முற்றிவிட்டது. இதற்கு இனியும் மருந்து இல்லை. உடனடியாக ஆபரேஷன் செய்யணும்.”

“ஆபரேஷனுக்கு எவ்வளவு ஆகும்?”

“இந்த ஆஸ்பத்திரியில் கேட்டராக்ட் அறுவை சிகிச்சை செய்யும் வசதி தற்போது இல்லை. தனியார் மருத்துவமனையில் செய்கிறார்கள். ஐந்து ஆறு லட்சங்கள் ஆகலாம்.”

"எங்கிட்ட அவ்வளவு பணமில்ல."

"நீங்க திருவனந்தபுரம் மெடிக்கல் காலேஜ் போனீங்கண்ணா ஃபிரீயா பண்ணலாம். எனக்குத் தெரிந்த டாக்டர்கள் அங்கே இருக்கிறார்கள். நான் ரெக்கமென்டேஷன் லெட்டர் தருகிறேன்" என்றார். மருத்துவர் சில மருந்துகளையும் ரெக்கமெண்டேஷன் லெட்டரும் தந்தனுப்பினார்.

"தாவீது, நான் இப்போ என்ன செய்ய?"

"ஓய், முதல்லயே இத ஆஸ்பத்திரியில கொண்டு காட்டச் சொன்னேன். கேக்காம, பெனிசிலாயமும் போட்டுக்கொண்டு"

"கெவர்ண்மென்ட்டு ஆஸ்பத்திரியில ஆபரேஷனெண்ணு சொன்னா கொறச்சு பேடியாட்டுதான் இருக்கு."

"என்னத்துக்கு பேடி? கண்ணத்தோண்டியா எடுப்பாங்க?"

"அதுக்கில்ல"

"பின்ன, ஆறு லட்சமும் கொண்டு பிரைவட்டு ஆஸ்பத்திரியில போங்க."

நாங்கள் கொல்லங்கோடு பஸ்பிடித்து இடைப்பாடுக்கு நடந்து வந்தோம்.

"லூக்கஸூ, கறுத்தக் கண்ணாடியும் போட்டிண்டு, என்ன தலைமறவா? கட பூட்டியிருக்கு. ஈஸ்டருக்கு சட்ட கிட்டுமா?" வரும் வழியில் ஒருவர் கேட்டார்.

"எனக்கு கண்ணுநோய். எல்லாருக்க துணிகளையும் நாளைக்கு நான் திருச்சுக் கொடுத்தனுப்புதேன்."

"கண்ணுக்கென்ன?"

லூக்காஸ் கண்ணைக் காட்டினார்.

"ஏசப்பா, இதென்ன?"

"ஆபரேஷன் பண்ணச் சொல்லியிருக்கு."

"ஆபரேஷன் இருக்கட்டும். நீ எதுக்கும் நம்ம அல்போன்சுகிட்ட உடனே போயி காட்டு."

"எந்த அல்போன்சு?"

"அது கொள்ளாம், நம்ம ஆதித்தன்துறை அல்போன்சு"

ஜஐ

இடைப்பாடு மற்றும் இரவிபுத்தன்துறை கிராமங்களுக்கு இடையில் ஆதித்தன்துறை கிராமம் இருக்கிறது. நாங்கள் அன்று இரவு அல்போன்சின் வீட்டிற்குச் சென்றோம். சிறிய குடிசை வீடு. நாங்கள் சென்றபோது அவருடைய மகன் ஒரு ஓலை அரிசிப் பெட்டியைக் கவிழ்த்துப்போட்டு, அதில் மண்ணெண்ணெய் விளக்கை வைத்து படித்துக் கொண்டிருந்தான்.

"அல்போன்சுக்க வீடு இதுதானா?"

"ஆமா."

"அப்பா இல்லயா?"

"அப்பா கடப்புறத்தில இருக்கு. நான் விளிச்சுக்கொண்டு வாறேன்" கடற்கரைக்கும் வீட்டிற்கும் காலெட்டும் தூரம்தான்.

"வீட்டுக்க அகத்து வாங்க. தலை இடிச்சாத கொறச்சு குனிஞ்சு வருமி" சிறுவன் படித்துக்கொண்டிருந்த விளக்கை எடுத்து லூர்க்காசின் கண்களை அல்போன்ஸ் சோதித்தார்.

"கண்ணு பளுத்திருக்கு. சத தொங்குது. ஆபரேஷன்தான் பண்ணணும்."

"உங்களுக்கு கைவர்க்கத்து உண்டெண்ணு சொன்னாங்க. ஆபரேஷன் செய்ய பணமில்ல."

"இது நல்லா முத்திப்போச்சு. இப்படி ஒரு கண்ண எனக்க ஜீவிதத்தில நான் கண்டதில்ல."

"கைவிரிச்சு களயாதீங்க"

"ஒண்ணு பண்ணு. தணுத்த வெள்ளத்தில நல்லா குளிச்சிட்டு நாளெ காலத்த வா. இண்ணு ராத்திரியும் உடலுதணுக்க குளிச்சிண்டு ஒறங்கு. மரந்து வீத்திப்பாக்காட்டு" என்று சொன்னபோது லூர்க்காஸிற்கு உயிர் வந்தது.

"ஆத்துல குளிச்சாமதியா?"

"இந்தக் கண்ணு நோயெல்லாம் வருவதே இந்த ஆத்துவெள்ளம் வளியாத்தான். இனியும் நீ இந்த ஆத்தில போயி குளிச்சா உனக்க கண்ணு குருடாகும். ஊத்து வெள்ளத்தில குளிச்சணும்."

ஆதித்தன்துறைக்கு வடக்கில் ஒரு பெரிய குழி தோண்டப்பட்டிருந்தது. அதிலிருந்து தண்ணீர் ஊறிவந்தது. ஊற்றின் உட்பகுதியில் கருங்கற்களை அடுக்கி சுவர் உருவாக்கியிருந்தார்கள்.

கிணற்று நீரைவிட, இது மிகக்குளிர்ச்சியாகவும் தூயதாகவும் இருந்தது. அல்போன்சு சொன்னதுபோல், அன்று இரவும் அடுத்தநாள் காலையிலும் உடல் குளிர குளித்துவிட்டு, நாங்கள் இருவரும் அல்போன்சின் வீட்டிற்குச் சென்றோம். அவர் எங்களுக்காகக் காத்திருந்தார்.

“இண்ணைக்குத் தொழிலுக்குப் போகல்லயா?”

“கொறச்சு முன்னாலதான் மரம் அணஞ்சேன்.”

“மீனு சீசன் வல்லதும் உண்டா?”

“ஒண்ணுரெண்டு சூர கிட்டிச்சு. இனியும் கொறச்சு நேரங்கூட இருந்திருந்தா இனியும் வல்லதும் கிட்டப்பாத்தது. உங்கள வரச்சொன்ன ஓறம எனக்கு எப்பளும் ஒண்டு. நேரம் பிந்தினா சரியாகாது. நீ இங்கு வா. இதா இந்த பரம்பில மலந்து கெடா” என்று சொல்லிக்கொண்டு, ஒரு ஓலைப் பாயை விரித்துப் போட்டார். லூக்காஸ் அதில் மலந்து படுத்தார். அல்போன்ஸ் வீட்டிற்கு வெளியில் சென்று, “டோய், சவரியாரு இங்கு வா” என்று பக்கத்து வீட்டுக்காரரை அழைத்தார்.

அல்போன்சின் கைகளில் வெள்ளைத்துணியில் ஒரு சிறிய பந்துபோல் பச்சை இலை மருந்து இருந்தது. கண்ணை மூடி ஜெபித்து, “சவரியாரு, இவனுக்க கைய ஒறப்பா பிடி. பிள்ள நீ இவனுக்க எடத்த கைய பிடி” என்று சொல்லிக்கொண்டு மல்லாந்து கிடந்த லூக்காஸின் கண்களை விரித்து, மருந்துப் பந்தை பிதுக்கி ஒரு திரவத்தை வலது கண்ணில் சொட்டுச்சொட்டாக ஊற்றினார். அந்தத் திரவம் பச்சைநிறத்தில் இருந்தது.

திரவம் கண்களில் விழுந்ததும், லூக்காஸ் உயிர்போகும் வலியில் அலறினார். சவரியார் இறுக்கிப்பிடித்திருந்தார். லூக்காஸ் என்னைத் தூக்கியெடுத்தார். நான் சுதாரித்துக்கொண்டு, இரண்டு கைகளாலும் இடதுகையை அமுக்கிப் பிடித்திருந்தேன். அலறல் குறையவில்லை. லூக்காஸின் கண்களிலிருந்து கண்ணீர் மழைபோல் கொட்டிக்கொண்டிருந்தது. “ம், இனியும் பிடிய விடுங்க” என்று சொல்லி, அந்த மருந்துப் பந்தை இடதுகால் பெருவிரலில் கட்டினார். லூக்காஸ் எழுந்து உட்கார்ந்திருந்தார்.

“இனியும், இண்ணைக்கு வையிட்டு வருங்க” என்று அல்போன்சு சொன்னார்.

“மொத்தம் எத்தன நாள் மருந்து வீத்தணும்?”

“முதல்ல மூணுநாளு காலத்தையும் வையிட்டும் தொடர்ச்சியாட்டு வீத்தணும். அதுக்குப் பிறகு, பாத்து ரெண்டுமூணு நாளுக்கு ஒருக்கா வீத்தலாம்”

“பைசா?”

“எந்தப் பைசா?”

“பீசு” என்று நான் சொன்னதும் அல்போன்ஸ் சிரித்தார்.

“கண்ணு குணமானதும் நான் மொத்தமா வாங்குவேன். இப்போ நீங்க சந்தோசமாட்டு போங்க.”

நாங்கள் வரும்போது லூக்காஸ் பீசைக்குறித்துதான் கவலையாகப் பேசினார். பத்துப்பதினைந்தாயிரம் கேட்காமலா இருப்பார். அதுவேறு இன்றைக்கு மீன்பிடிக்காமல் பாதியில் திரும்பிவிட்டார். லூக்காசிற்கு பிடிகிடைக்கவில்லை. சாயங்காலம் நாங்கள் இருவரும் மீண்டும் அல்போன்சின் வீட்டிற்கு வந்தோம்.

“கொறச்சுநேரம் இதில இரியுமி. எனக்க மகன் பச்சிலை பறிச்சப் போயிருக்கான். இப்ப வருவான்”

அல்போன்சு தன்னுடைய மகன் சேவியருக்கு பச்சிலைப் பறிக்கும் முறையை மட்டும் சொல்லிக்கொடுத்திருந்தார். பச்சிலைப் பறிப்பதற்கு ஜெபம் செய்துகொண்டு கிளம்பினான். பச்சிலையை பறிப்பதற்கு சில சம்பிரதாயங்கள் இருக்கின்றது. ஒரு ஜெபம் படித்துக்கொண்டு, செல்லும் வழியில் யாரிடமும் பேசாமல் இலையை மட்டும் பறித்து ஆற்றில் கழுவிக்கொண்டு, வீட்டிற்கு வரவேண்டும். இலைபறிக்கச் செல்வதாக யாரிடமும் சொல்லக் கூடாது.

குனிந்திருந்து இலையைப் பறிக்கும்போது ஒரு சத்தம், “பிள்ள சேவியறு இங்கு என்னேத?” சிங்காரம் மாமன். அவனால் வாய் பேச முடியவில்லை. கேவிக்கேவி அழுதான். “செல்ல மோன எனக்குத் தெரியாலும். சரி, நாள வரலாம். நானும் உனக்கக்கூட வருவேன்” என்று ஆறுதல் படுத்தினார். வீட்டிற்குத் திரும்பிவந்து நடந்ததை அப்பாவிடம் விளக்கினான்.

“மக்கா, நீ ஒண்ணு செய். கடப்புறம் வளியாட்டு நடந்து, நம்ம கோயிலுக்கு நேரா ஆத்தில போயி பறிச்சிண்டு வா. இந்த அண்ணனையும் கொண்டுபோ” என்றார். நானும் சேவியரும்

மீண்டும் ஜெபம் செய்துகொண்டு கடற்கரை வழியாக நடந்து ஆற்றுக்கடவுக்குச் சென்று பச்சிலையைப் பறித்து வந்தோம்.

"இந்த இலையின் பேரென்ன?"

"தாறா எல" என்று சேவியர் சொன்னான். அந்தச் செடியின் பெயர் சென்றெல்லா ஆசியாடிகா, தமிழில் வல்லாரை, மலையாளத்தில குடங்ஙல்.

அல்போன்சு மருந்து செய்வதை நான் பார்த்துக் கொண்டிருந்தேன். தாறா இலையுடன் சிறிய வெங்காயத்தை சேர்த்து அரைத்துவிட்டு, வீட்டிற்குள் சென்று வேறு சில மருந்தையும் சேர்த்து அரைத்தார்.

"அது என்ன மருந்து?"

"அது உனக்குத்தெரிஞ்சா நான் எதுக்கு?"

"இல்ல அதுக்கில்ல, இந்த ஒருநாளில லூக்காசுக்க கண்ணு நல்லா தெளிஞ்சாச்சு. ஆபரேஷன் செய்யத் தேவையில்லண்ணு தோணுது. அதான் கேட்டேன்."

"இது என்னண்ணு நான் எனக்க மகனுக்கும் சொல்லிக் கொடுக்கல்ல"

"இது உங்களுக்கு எப்படித் தெரியும்?"

"என்னய வளத்தினது எனக்க மாமிதான். அயாளு பல ஆயிரம் ஆளுங்களுக்க கண்ணுநோயை சரிபடுத்திச்சு. அயாளுக்க பக்கத்தில இருந்து நான் படிச்சேன்."

"இப்படி மருந்து ஊத்தி, கண்புரை சரியாகாத ஆளுங்க உண்டா?"

"எங்க மாமி கண்ணுல மருந்துபோட்டு சரியாகாத ஆளுங்கள நான் பாத்ததில்ல. என்னயப்பத்தி நான் சொன்னா நல்லாயிருக்காது."

"ஆனா, எங்க மாமி ஒரு ரகசியம் சொல்லித்தந்தது. இல்ல அது இப்போ வேண்டாம்" என்று சொல்லாமல் நிறுத்தினார்.

மூன்று நாட்கள் தொடர்ந்து லூக்காசின் கண்ணில் மருந்து ஊற்றினார். ஒருவாரத்தில் லூக்காசின் கண்புரை முக்கால் பங்கு குணமாகிவிட்டது. நாங்கள் அல்போன்சின் வீட்டிற்குக் கொஞ்சம் பணத்துடன் சென்றோம். லூக்காஸ் பணத்தை அல்போன்சிடம் நீட்டினார். அவர் அதைத் திரும்பிக்கூடப் பார்க்கவில்லை.

வாயிலிருந்த வெற்றிலைப் பாக்கு எச்சிலை அழுத்தித் துப்பிக்கொண்டு, "போடா மடயா. இந்த மருந்துக்கு வெலயில்ல. இந்தப் பணத்த வேற ஏதெங்கிலும் பாவங்களுக்குக் கொடு" என்றார். சேவியர் பசித்த வயிறுடன் பார்த்துக்கொண்டு நின்றான்.

ஃஃ

சிலநாட்கள் கழிந்து, நான் அல்போன்சை பார்த்தேன். சேவியரையும் அழைத்துக்கொண்டு குளிக்கச்சென்றுகொண்டிருந்தார்.

"ஏன் அண்ணைக்கு லூக்காஸ் தந்த பணத்தை நீங்க வாங்கல்ல?"

"எங்க மாமி எனக்கு ஒரு ரகசியம் சொல்லித் தந்ததா உனக்ககிட்ட நான் சொன்னேன், ஞாபகமிருக்கா?"

"ஆமா, ஞாபகமிருக்கு"

"அவள் சொன்னாள், நான் எப்போ இந்த மருந்துக்கு கைநீட்டி பணம் வாங்குவேனோ, அதிலிருந்து இந்த மருந்து பலிக்காது."

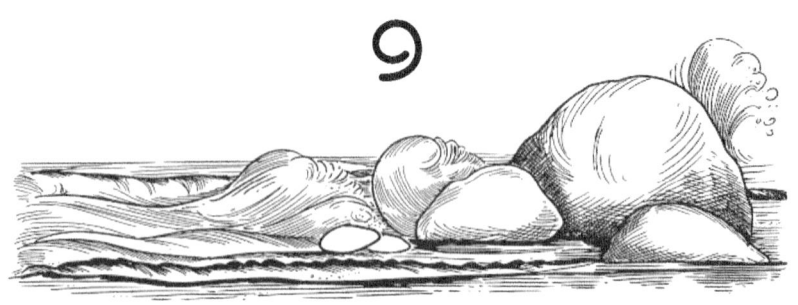

௭

பலியாடு

அதன்பின் இயேசு தண்டனைத் தீர்ப்பு அடைந்ததை கண்டபோது அவரைக் காட்டிக் கொடுத்த யூதாசு மனம் வருந்தி தலைமைக் குருக்களிடமும் மூப்பர்களிடமும் முப்பது வெள்ளிக் காசுகளையும் திருப்பிக் கொண்டுவந்து, 'பழிபாவமில்லாதவரைக் காட்டிக்கொடுத்துப் பாவம் செய்தேன்' என்றான். அதற்கு அவர்கள், 'அதைப்பற்றி எங்களுக்கென்ன? நீயே பார்த்துக்கொள்' என்றார்கள். அதன்பின்பு அவன் அந்த வெள்ளிக்காசுகளை கோயிலில் எறிந்துவிட்டுப் புறப்பட்டுப் போய் தூக்குப் போட்டுக்கொண்டான். - மத்தேயு 27, 3-5

கடற்கரைச்சாலை துண்டிக்கப்பட்ட பிறகு, இடைப்பாடு கிராமம் தீவுபோல் தனித்துக் கிடந்தது. மக்கள் நடந்து வேற்றூர்களுக்குச் சென்றார்கள். கடல் வெயிலில் பழுத்துச் சாம்பல் நிறத்தில் கிடந்தது. கடற்காற்றில் தென்னை ஓலைகள் படபடத்தது. கடற்கரையில் வலைகளை வெயிலில் உலரப்போட்டுக் கொண்டிருந்தார்கள். சோழவனும் கோடைக் காற்றும் மாறிமாறி வீசியதால், கட்டுமரங்களும்,

வள்ளங்களும் நிலைகொள்ளாமல் நான்கு திசைகளிலும் கடலில் சஞ்சரித்துக்கொண்டிருந்தது. புனித சவேரியார் கோயில் ஆளரவமற்று அமைதியில் உறங்கிக்கொண்டிருந்தது. ஊரில் பூசைவைக்க சாமியார் இல்லாமல் ஒருசில மாதங்களாகிவிட்டது. பூசைபுனஸ்காரங்கள் மக்களுக்கு மறந்து, இப்போது அல்லேலூயா கூட்டங்களுக்குக் குடும்பங்களுடன் செல்லத் துவங்கிவிட்டார்கள்.

துக்ககாலத்திலும் கோயிலில் சாமியார் இல்லாமலிருப்பது சாவான பாவம் என்றுணர்ந்த மக்கள், உண்ணாவிரதமிருந்து சாமியாரை ஊருக்குக் கொண்டுவந்தார்கள். அன்றிலிருந்து ஊரில் மீன்பாடு அதிகரித்து கோயில் செழிப்புற்றது. இடைப்பாடு கிராமம் விரைவாக முன்னேறிச்சென்றது. சாமியார் ஒரு தேர்ந்த படைத் தளபதிபோல் கிராமத்தை முன்னெடுத்துச் சென்றார். கடற்கரைக் கிராமங்களில் புதிய சாமியார்கள் நிலைகொள்வது எளிதானதல்ல. எப்போதுமிருக்கும் இரண்டு கோஷ்டிகளுக்கு இடையில் சிக்கிச் சின்னாபின்னமாகும் வாய்ப்புகள் அதிகம். முடிவுகளை நடுநிலையுடன் எடுக்கவேண்டும். அல்லது, இரண்டு கோஷ்டிகளையும் முடிவெடுக்கவிட்டுவிட்டு அமைதியாகி விடவேண்டும். புதிய சாமியார், காற்றடிக்கும் திசைநோக்கிப் பாயை செலுத்தி ஊரை முன்னேற்றிக்கொண்டிருந்தார்.

கிறிஸ்தவ மதக்கொண்டாட்டங்களின் உச்சம் கடற்கரைகளில் நடைபெறுகிறது. கொடியேற்றி, சப்றமெடுத்து, நோன்பிருந்து, குடித்துக் கும்மாளமிட்டு, புத்தாடையுடுத்து நடுநிசித் திருப்பலிகளில் பங்கெடுத்து திருவிழாக் கொண்டாடுவது வாழ்வின் ஒரு பகுதியாகி விட்டது.

புனிதவெள்ளி துக்கத்தின் உச்ச உக்கிரம். நம் தந்தைகள் ஆயிரமாயிரமுறை இறக்கும் துக்கத்திற்குச் சாமானமானது. புனிதவெள்ளி திருப்பலி துவங்குதற்காக அடித்துச்செல்லப்படும் மணியும் வித்தியாசமானது. கையால் கிலுக்கும் மணிக்குப் பதிலாக மரத்தால் செய்த ராட்டையை சுற்றிக்கொண்டு மெலுஞ்சியார் ஊர் முழுவதும் செல்வார். ராட்டையை சுழற்றும்போது விண்ணைப் பிளக்கும் ஒலியெழும்பும். அந்தச் சத்தம் துக்கத்தின் துவக்கம். அதன்பிறகு வெள்ளை மற்றும் கறுப்புநிற உடைகள் அணிந்து கோயிலுக்குச் செல்லத்துவங்குவார்கள். கடைகள் அனைத்தும் அடைத்திருக்கும். ஒருசில புதிய பெட்டிக்கடைகள் வெற்றிலைப் பாக்கு, போஞ்சு சர்பத்துக்காக திறந்திருக்கும்.

கோயில் தரிசிக்கச்செல்வது பல்லாண்டுகளாகத் தொடரும் ஒரு முக்கிய நிகழ்வு. சிறுவர்கள், இளைஞர்கள் மற்றும் இளைஞிகள்

குழுக்களாக கடற்கரைக் கோயில்களை தரிசிக்கச் செல்வார்கள். புனிதவெள்ளியில் நோன்பிருந்து, தலைமுடி எரியும் வெயிலில் கால்கடுக்க நடந்து பன்னிரு பக்கத்து ஊர்களின் கோயிலில் சென்று முட்டிலிருந்து ஒவ்வொரு வேண்டுதலாக ஏசுவிடம் முறையிட்டு வரவேண்டும். பதிமூன்றாவது கோயிலாக, கடைசியில் அவரவர் கோயிலில் வந்து ஏறி சடங்கை முடிக்கவேண்டும். அவ்வாறு முடித்தால் நினைத்த காரியம் நிறைவேறும் என்பது நம்பிக்கை. பூவாறு பொழியும், இரயும்மன்துறை பொழியும் ஓடினாலும், வள்ளத்திலோ, நீந்தியோ கடந்து கோயில்களை தரிசிக்கவேண்டும். அவ்வாறு செல்லும்போது தாகம் தீர்க்க, ரோட்டோரத்திலிருக்கும் வீடுகளில் தண்ணீருடன், உப்பும் மிளகும் தடவிய பச்சை மாங்காய் வசியில் வைக்கப்பட்டிருக்கும். சில நேரங்களில் வெள்ளரிக்காய்த் துண்டுகளும் இருக்கும்.

இடைப்பாடு கிராமத்தில் போர்ச்சுக்கீசியர்கள் காலத்தில் செய்யப்பட்ட ஏசுவின் சொரூபம் ஒன்றுண்டு. அதன் அனைத்துப் பகுதிகளும் தனித்தனியாக செய்யப்பட்டு ஸ்பிரிங் மூலம் இணைக்கப்பட்டிருந்து. அதன் ஒவ்வொரு அங்கமும் அசையும். கைகால்கள், தலையும், கண்ணும் கண்ணிமையும், முதுகும் விரல்களும் உயிர்கொண்டு அசைந்தது. பண்டையக் காலங்களில் நூலால் இயக்கி, சிலுவைப்பாடுகளை நடித்துக்காட்டினார்கள். ஏசு உயிர்கொண்டு நடந்து அசைந்து கீழே வீழ்ந்து, சிலுவையில் தொங்கி மரிக்கும் அனைத்தும் நடித்துக் காண்பிக்கப்பட்டது. அது சரியான பராமரிப்பின்றி, அல்லது, அதை பழுதுபார்ப்பதற்கான ஆட்கள் இன்றி சொரூபம் சிதைந்தது. சொரூபம் சந்தனமரப் பெட்டியில் பூட்டி வைக்கப்பட்டிருந்தது.

ஒருமுறை, சொரூபத்தைப் பார்ப்பதற்காக வெளியூரிலிருந்து ஒரு கன்னியாஸ்திரி வந்திருந்தார். அவருக்கு அந்தப் பெட்டியை திறந்து காட்டியபோது அலறிக்கொண்டு மயங்கி விழுந்தார். உயிருள்ள ஒருவர் கண்திறந்து படுத்திருப்பதுபோல் ஏசு படுத்திருந்தார். உதடு அசைந்தது. பச்சை நரம்புகள் கைகளிலும் கால்களிலும் பரவிச்சென்றது. இரத்தம் வழிந்தோடியது. விலாவிலிருந்து தண்ணீரும் வெள்ளமும் வழிந்த தடமிருந்தது. ஒவ்வொரு முறையும் பெட்டியினுள் ஏசுவைக் கிடத்தும்போது கண்ணை மூடிவைத்து உள்ளே வைப்பார்கள். ஆனால், இந்த முறை கண்ணை மூடாமல் வைத்துவிட்டார்கள். கன்னியாஸ்திரியின் மூக்கில் திரிகொளுத்தி தண்ணீர்த் தெளித்து எழுப்பவேண்டியிருந்தது. அவரது சித்தம் கலங்கியிருந்தது.

“கணக்கப்பிள்ள, நம்ம கமிட்டிய கூட்டணும்” அச்சன் சொன்னார்.

“என்ன?”

“நம்ம, சொரூபத்த பாத்தீங்களா?”

“நல்லாத்தானே இருக்கு?”

“என்ன நல்லாயிருக்கு, களறுபோயி நரச்சு வெளுத்து இருக்கு.”

“அது அப்படித்தான். இரத்தம் முச்சூடும் போன ஆளுக்க உடம்பு அப்படித்தான் இருக்கும்”

“என்ன சொல்லுதீங்க. சாட்டையாலும், முள்ளாலும் அடித்த இரத்தம், உடல் முழுவதும் இருக்கவேண்டாமா?”

“என்ன செய்யலாம்?”

“பெயின்டடிக்கணும்”

“பெய்ன்டா? ஓய், என்ன சொல்லுதீரு. இது மரத்தில செஞ்சது. மடத்தனம் பண்ணிப்போடாதீங்க”

தொடுவெட்டியிலிருந்து அரைலிட்டர் சிவப்பு பெயிண்டு வாங்கி ஏசுவின் உடல் முழுவதும் அடித்துவிட்டார்கள். புனித வெள்ளியன்று, இடைப்பாடு சவேரியார் கோயிலைச் சுற்றிலும் மக்கள் வெள்ளம். கடற்கரையில் மண்பார்க்க இடமில்லை.

> ‘ஆணிகொண்ட உன் காயங்களை,
> அன்புடன் முத்தி செய்கின்றேன்.
> பாவத்தால் உம்மை கொன்றேனே, ஆயன்
> நீயென்னை மன்னியும்’

ஏசுவை முத்தமிட்டுக் காட்டிக்கொடுத்த யூதா ஸ்காரியோத், ஏசுவிற்கு சிலுவை மரணம் தீர்ப்பானதைத் தொடர்ந்து மனமொடிந்து, வெள்ளிக்காசுகளை யூத குருக்களிடம் வீசியெறிந்தான். அவர்கள் முன் சிதறிக்கிடந்த, ஏசுவின் இரத்தம் தோய்ந்த வெள்ளிக் காசுகளைக்கொண்டு அகல்தாமா என்னும் நிலத்தை விலைக்கு வாங்கினார்கள். அகல்தாமா என்றால் குருதிநிலம். அந்த இடத்தில் நின்றிருந்த மரத்தின் கிளையில் யூதா ஸ்காரியோத் தன்னைத்தானே தூக்கிலிட்டுக்கொண்டான்.

வரிசையில் நின்று சிலுவையில் தொங்கும் ஏசுவை முத்தமிட்டுக்கொண்டிருந்தார்கள். நடுவில் செல்லும் இரண்டு வரிசைகள், ஏசுவை முத்தம் செய்துவிட்டு இடம்வலமாக பிரிந்து

கோயிலுக்கு வெளியில் சென்றமர்ந்தது. சிலுவைமுத்தம் முடிந்தபிறகு, திருப்பலியின் முடிவில், ஏசுவின் உடல் தூம்பாவில் கிடத்தப்பட்டிருந்தது. தூம்பா வெள்ளை சிவப்புப் பூக்களால் அலங்கரிக்கப்பட்டிருந்தது. தூம்பாவிற்குமுன், இரண்டு வரிசைகளில் சிறுவர் சிறுமிகளும், பெண்களும் அவர்களுக்குப் பின் ஆண்களும் நின்றார்கள். ஏசுவின் புனிதப் பொருட்களான, முள்முடி, சாட்டை, வெறோணிக்காள் முகம்துடைத்த துணி, ஈட்டிபோன்ற புனிதப் பொருட்களை இளம்பெண்கள் பட்டுத்துணி விரித்த வெள்ளித் தட்டுகளில் கொண்டு சென்றார்கள். தூம்பாவை ஆண்கள் தோளில் சுமந்து ஊர் முழுவதும் கொண்டுசென்றார்கள். வரிசைவரிசையாக அனைத்து மத மக்களும் பாதம் பணிந்தார்கள். நெரிசலில் பாதம் பணிய முடியாதவர்கள் விலகி நின்று ஏசுவை நோக்கிக் கண்ணீர் வடித்தார்கள்.

> ‘எனது ஜனமே, நான் உனக்கெதிராய் என்ன பாவம் செய்தேனோ? சொல்லாய்
>
> எதிலே உனக்கு துயர்தந்தேன்? எனக்கு பதில், சொல்லாய்
>
> எகிப்து நாட்டிலிருந்து உன்னை மீட்டுக்கொண்டு வந்தேனே,
>
> அதனாலோ, உன் மீட்பருக்கு சிலுவை மரணத்தை நீ தந்தாய்?’

ஊரைச் சுற்றிய பிறகு, தூம்பாவை கோயில் நடுவில் கொண்டுசென்று இறக்கிவைத்தார்கள். ஒவ்வொருவராக ஏசுவின் காலை, கையை, விலாவைத் தொட்டு கண்களில் ஒற்றிக் கொண்டார்கள். வரிசை கடல்வரை நின்றது. ஏசு அமைதியாகப் படுத்திருந்தார். முள்முடி இரத்தம் முகமெங்கும் வழிந்திருந்தது. நீண்ட வரிசையில் நின்றிருந்தவர், முட்டிலிருந்து ஏசுவின் முகத்தில் முத்தமிட்டுக்கொண்டு, ஏசுவின் கண்ணிமைகளை மென்மையாகத் திறக்க முயன்றபோது, கண்கள் ஃபெவிகால் போட்டதுபோல் ஒட்டியிருந்தது. ஏசுவின் கண்கள் திறக்கவில்லை.

சனிக்கிழமை ஓய்வு. குடி கும்மாளத்திற்கு பிறகு, நடுநிசியில் உயிர்ப்பு பெருநாள். ஏசு பிறப்பும், இறப்பும், உயிர்ப்பும் குடிப்பதற்காக. கோயிலில் உயிர்ப்பை எப்படிக் கொண்டாட வேண்டுமென்று விவாதித்துக் கொண்டிருந்தார்கள்.

“அமைதியா இருங்க” பாதிரியார் சொன்னார்.

“அமைதி, அமைதி” ஆளாளுக்கு வாயில் விரல் வைத்து சத்தமாகச் சொன்னார்கள்.

“சொல்லுங்க. உயிர்ப்பை எப்படி கொண்டாடலாம்?”

“நாங்க குடிச்சாத ஆளுங்க. எங்களுக்கு செல கருத்து ஒண்டு.”

“அதனாலென்ன, நீங்கள் சொல்லுங்கள். ஏசுவிற்கு மிக அருகிலல்லவா நீங்கள் இருக்கின்றீர்கள்.”

“மத்த ஊருகளில ஏசு கல்லறயணும் உயிர்த்து வாறதுமாதிரி, வானத்தணும் எறங்கி வாறது மாதிரி நல்லா பண்ணுதாங்க. நம்ம ஊரில மட்டும் ஏசு எப்பவும் கொடியும் வெச்சுக்கொண்டு நிக்குவாரு. இந்தத் தடவ நாம ஏதாவது வித்தியாசமாட்டு செய்யலாமே?”

“அதுக்கென்ன செய்யலாமே.”

“என்ன கமிட்டி, ஏசு உயிர்த்து, மேலே பறந்து போறதுபோல செய்யலாமா?”

“அதுக்கு ஏசு கல்லறயணும் உயிர்த்து நடந்துதானே வருவாரு”

“வித்தியாசம், வித்தியாசமாட்டு இருக்கணும்”

“நாங்க இல்லண்ணு சொன்னாலும் நீங்க விடவா செய்வீங்க. உங்க வீட்டோ பவறில செய்யத்தானே செய்வீங்க”

“சரி அப்போ, அதுக்கான ஏற்பாடுகளைச் செய்வோம்.”

கோயில் கதவுகள் அனைத்தும் அடைக்கப்பட்டு, இருண்டு கிடந்த கோயிலின் தலைவாசலுக்கு வெளியில் முதல் மெழுகுவர்த்தி கொளுத்தி, கோயில் திறந்து அனைவரும் உள்ளே சென்று, எட்டு லேகனங்கள் வாசித்து, உட்கார்ந்து எழுந்து, உட்கார்ந்து எழுந்து, உட்கார்ந்து தூங்கி, கால்நீட்டி சரிந்து அமர்ந்து, தளர்ந்து கைகளைப் பின்னால் ஊன்றி, பின்னர் மெழுவர்த்தி ஏந்திய கைகளுடன் அனைவரின் ஞானஸ்நானமும் புதுப்பிக்கப்பட்டு, தூக்கக் கலக்கத்தில் இருக்கும்போது, ஏசு உயிர்க்கும் நேரமான நடுநிசி வந்தது.

ஏசுவை ஒரு திரைச்சீலைக்குப் பின்னால் ஜோடித்து வைத்திருந்தார்கள். வெள்ளை அங்கியுடுத்த ஏசு, கையில் சிவப்பு குரிசு வரைந்த வெள்ளைக்கொடி ஏந்தி நின்றுகொண்டிருந்தார். இருண்டிருந்த கோயில் முழுவதும் விளக்குகள் எரிந்தது. ஆனால்,

திரைச்சீலை உயரவில்லை. அனைவரும் என்ன நடக்கிறது என்பதை ஆவலுடன் பார்த்துக்கொண்டிருந்தார்கள்.

“என்ன, தெரச்சீல ஓயரல்ல?”

“ஏசு எங்க?”

அனைவரும் பார்த்துக்கொண்டிருக்கும்போதுதான் அந்த அதிசயம் நடந்தது. ஏசு தன் கையில் ஏந்திய வெள்ளைக்கொடியுடன் திரைக்கு மேலே, மோட்டை நோக்கி மெதுவாக உயர்ந்து உயர்ந்து சென்றார். ஏசுவின் கழுத்தில் கயிற்றால் இறுக்கி, கப்பி போட்டு கீழிருந்து இருவர், வலிக்காமல் மெதுவாக இழுத்துக் கொண்டிருந்தார்கள். கழுத்து இறுக்கப்பட்ட ஏசு, பலிபீடத்திற்கு மேலே, கழுக்கோல் மரத்தில் கட்டப்பட்ட கயிற்றில் சுற்றிக் கொண்டிருந்தார். ஒருசில சுற்றுகளுக்குப் பின்னர் பாரம் தாங்காமல் கயிறு அறுந்து, கீழே விழுந்து உடைந்து சிதறினார்.

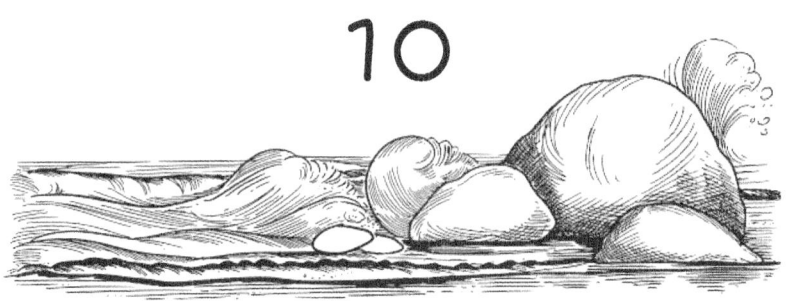

10

பனிக்கடல்

டார்வினுக்கு சந்தோசம் தாங்கவில்லை. அக்காவிற்கு திருமணம் நிச்சயமாகிவிட்டது. புது சட்டை, நிக்கர் கிடைக்கும். பட்டினி இருக்காது. நிம்மதியாகச் சாப்பிடலாம். பள்ளிக் கூடத்திலிருந்து கிடைத்த நீல நிக்கரையும் வெள்ளைச் சட்டையையும் யாருக்கும் தெரியாமல் தூக்கி எறிந்துவிடவேண்டும். இலவசமாகக் கிடைத்த நிக்கரும் சட்டையும் அணிவது எவ்வளது கேவலமானது. தனக்கு ஏற்பட்ட நிரந்தர கறையாகவே அதைக் கருதினான். இதற்கெல்லாம் இப்போது விடிவு வந்துவிட்டது. 'மச்சான்' என்று தனக்குள்ளே மெதுவாகச் சொல்லிப்பார்த்தான். மச்சான் என்னும் வார்த்தைத் தன்னை எங்கோ வானத்தில், தூரதேசத்தில் அழைத்துச் செல்வதாக உணர்ந்தான். மச்சான் என்பது மந்திரச்சொல் என்றே அவனுக்குப்பட்டது.

பட்டினிக் கிடப்பவர்களின் ஆசை உண்பதைத் தவிர வேறென்னவாக இருக்கமுடியும்? கனவுகளில் பரோட்டாவும் இறைச்சியும் உண்பதாக பலநாட்கள்

டார்வினுக்கு கனவும் வந்தது. சாப்பிடுவதுபோல் கனவுகாணும் நாட்களில் காலையில் எழும்பும்போது தண்ணீர்த் தாகமாக இருக்கும். சாப்பாடு டார்வினின் உடலை உண்கிறதா? தெரியவில்லை. எழும்பிச்சென்று தண்ணீர்க் குடிக்கவும் முடியாது. மண்ணெண்ணெய் விளக்கு அணைந்திருக்கும். ஒருநாள் எழுந்து அடுக்களையில் தண்ணீர்க் குடிக்கச் சென்றபோது, குடம் உடைந்து வீடு முழுவதும் தண்ணீராகக் கிடந்தது.

"உலகின் நோயாளி யார்?, நீ சொல்லு பாப்போம்" என்று ஆசிரியை ஒவ்வொரு மாணவரிடமும் கேட்டார். பதில் தெரியாத மாணவர்கள் எழும்பி நின்றார்கள். "டார்வின், நீ சொல்லு பாப்போம்" என்றபோது எதுவும் யோசிக்காமல் "பளரோஸ்டு, இல்ல டீச்சர் அடிக்காதீங்க, துருக்கி" என்று டார்வின் சொன்னான்.

"ஓம், துருக்கி. கொள்ளாமடா கொள்ளாம், எளவில இங்கணும். எத்தர நேரம் விளிச்சிண்டிருக்க. ஒறக்கத்தில பெலப்பம் மட்டும் கொறயல்ல. லேய் நீங்களெல்லாம் என்னத்துக்கு கடலுத்தொளிலுக்கு வருதி. கரையில வெல்லதும் பன்னாவிலோ இடுக்கிலோ சுருண்டு கெடவுங்கல. துருக்கி, என்னத்தச் சொல்ல?" என்று சொல்லிக்கொண்டு படகை ஓட்டிக்கொண்டிருந்த கிளீட்டஸ் உப்புத் தண்ணீரை டார்வினின் மீது ஊற்றினான். டார்வின் மழைப் பொழிவதாக நினைத்துக்கொண்டு எழும்பி ஓடுவதற்கு முயன்றான்.

"லேய், நடு ராத்திரி ஒத்தயில நான் ஒருத்தனாட்டு முளிச்சிருந்து போட்ட ஓட்டிண்டிருக்கேன். ஒரு இஞ்சி சாய குடிச்சலாமுண்ணு பாத்தா, அவனும் அவனுக்க துருக்கியும்"

"அண்ணா, சாய போட்டுத்தாறேன்" என்று டார்வின் சொன்னபோது டார்வினின் உடல் குளிரில் நடுங்கியது.

"நிக்க தோனியாசத்துக்கு இந்தப் போட்டில பண்டாரியாட்டு இருக்கமுடியாது. அடுத்த ஓட்டத்துக்கு வேற வெல்லதும் போட்டப்பாரு."

"இல்ல, எங்க மச்சான்"

"நிங்க மச்சான் வலிய மத்தவன். எனக்க வாயணும் ஒண்ணும் வேண்டாத" டார்வின் எதுவும் பேசாமல் ஸ்டவ்வை பற்றவைத்து டீயை போட்டான். உடலில் தண்ணீர் வழிந்துகொண்டிருந்தது.

டார்வின் ஆறாம் வகுப்புப் படிக்கும்போது அவனது மூத்த சகோதரிக்குத் திருமணம் நடந்தது. நான்கு லட்சம் கடன் வாங்கித்

திருமணம் நடத்தினார்கள். ஒரு பாரம் எறங்கியது என்ற நிம்மதியைவிட, இந்தக் கடனை எப்படித் தீர்ப்பது என்பதிலேயே டார்வினின் அம்மாவிற்கு கவலையாக இருந்தது.

“மோளே, நீ நிக்க உருப்படிகள எனக்குத் தருவியா? நான் அதப் பணயம் வெச்சு கொறச்சு கடன அடச்சுவேன்” ரெபேக்கா தன்னுடைய மகள் நவோமியிடம் கேட்டார்.

“ம்பே, எனக்க உருப்படிகளயா? நிக்க வாயில மண்ணுவிள. ஐயோ மாலவரே கேளுமி. எனக்கு தாலியேறி எத்ற நாளாச்சு? இவளுக்கு எனக்க தாலிய கடத்தி கொடுக்கணுமாம். தள்ளயெண்ணு பாக்கமாண்டேன். எனக்கமுன்ன வராத. ஒரு சவிட்டிலி கடல்லபோயி கெடக்குவ. எனக்க தாலிய எறக்கயா பாக்குத” என்று தான்பெற்ற மகள் சொன்னபோது ரெபேக்கா வாய் திறக்கவில்லை. திருமணமானதும் மகளின் பேச்சில் எத்தனை மாற்றம்? திருமணமான பெண்களின் உடலில் கொழுப்பு புதிதாக ஏறுகின்றதா? ரெபேக்காவால் புரிந்துகொள்ள முடியவில்லை.

“ம்பே, நீ எனக்கு பேசின ஸ்ரீதன தொக நாலுலச்சம். இதிலி ஒரு லச்சம் கடம். ஒரு லச்சத்துக்கு உருப்படிப் போடுவேணு சொன்னே. எம்பதாயிரத்துக்கு உருப்படியும் வாங்கிண்டு மிச்சம் இருவதாயிரத்த நீ கட்டுவெள்ளம் குடிச்சே” என்று நவோமி சொன்னபோது ரெபேக்கா ஏதும் பேசவில்லை.

“நீ குடுத்த நாலு லெச்சத்துக்கு எனக்க மாப்பிள தோமாசப்போல ஆணாப் பெறந்தவம்மார இந்தக் காலத்தில கிட்டுமா? நிக்க நல்ல காலம். போ, ரெச்சப்பட்டு போ” கடன்வாங்கி திருமணம் நடத்திவைத்த அம்மாவிடம் மகள் சொன்னாள்.

“டார்வினுக்க பங்கு பைசாவ நீ எளுதிஎளுதி வெச்சுத. எத்ற ரூவா எனக்க கையில தந்த? அவனுக்க ஒப்பமொள்ள செறுக்கம்மாரு, பத்தாயிரம் இருவதாயிரம் மாசம் சம்பாதிச்சுதானுவ. நீ எனக்க மோனுக்க பங்கு பணத்த எனக்க கண்ணில ஒரு நாளெங்கிலும் காட்டினியா? டார்வினுக்கு உனக்கப் போட்டில தொளிக்குப் போவ இஷ்டமில்லண்ணு நூறு பிறாவசியம் சொல்லியாச்சு. அவன வேற போட்டில போகவிடு.”

“இவிட சும்மாக் கெடந்த பயலுக்குத் தொளிலுப் படிச்சுக் கொடுத்து, ஆளாக்கின எனக்ககிட்டயா நீ இப்படிப் பேசுத? இனியும் அந்தப்பயன் எனக்கப் போட்டில தொளிலுக்குப் போவண்டாம். அய்யோ, அப்ப நீ எனக்க ஆணாப்பெறந்தவனயா

கடல்ல தொளிலுக்குப் போவச்சொல்லுத? அய்யோ, நிக்கு கொறச்செங்கிலும் மனசாட்சி உண்டா? நீ பேசல்ல, பைசா பேசுது. நிக்க நாக்கில தீ விள, நிக்க தலயில இடிவிள."

"நிக்க கல்யாணம் தீந்து, ரெண்டுகொளந்த பெறந்தாச்சு. இதுவர நிக்கும் நிக்க மக்களுக்கும் நான் சோறுபோடுதேன். கைநீட்டி ஒருநாளெங்கிலும் அஞ்சுபைசா தந்தியா? நிக்க ஸ்ரீதன கணக்க எனக்கிட்ட சொல்லுத. நீ நல்லாயிருக்கணும். தோமாசாம் தோமாசு, நீ அந்தப் பயன ஸ்னேகிச்சதனால, அவன உனக்க அப்பன் கெட்டித் தந்தது. அந்த நன்றியெங்கிலும் உனக்கு உண்டா?"

"அய்யோ, என்னய இந்த வீட்டணும் எறங்கி போவச் சொல்லுதா. அய்யோ, என்னய புதிய அடுப்பு வெச்சச் சொல்லுதாளோ. ஊரு மாலவரே கேளுமி. நான் இந்த பால்குடி மாறாட்ட மக்களயும் கொண்டு எங்கு போவேன்" நவோமி கண்ணீர் வடித்தாள். ரெபேக்காவிற்கு கொலைவெறியும் பரிதாபமும் மாறிமாறி வந்தது. மகள் தன்னுடன் இருக்கவேண்டும். அதற்கு எந்தவிதமான அவமானத்தையும் ஏற்றுக்கொள்ளத் தயாராகவே இருந்தாள்.

ஃஃஃ

"சாய போட்டாச்சா?" கிளீட்டஸ் கேட்டபோது டார்வினின் உடலிலிருந்த உப்புநீர் அடுப்புச்சூட்டினால் உலரத் துவங்கியிருந்தது.

"போட்டாச்சு அண்ணா. கருப்பட்டியா? பஞ்சாரயா?"

"ஒரு சாய போட ஓராயிரம் கேள்வி, பஞ்சாரயப்போடு."

"இல்லண்ணா, தணுப்புக்கு சுக்கு கருப்பட்டிக் காப்பி நல்லாயிருக்கும், அதான்"

பாத்திரங்களைக் கழுவி வைத்துக்கொண்டு டார்வின் படுத்தான். தூக்கம் வரவில்லை. சிலநேரங்களில் கடலில் சாடி தற்கொலை செய்துகொள்ள வேண்டும் போலிருக்கும். அதையும் சிலநாட்கள் யோசித்ததுண்டு. நீச்சல் தெரிந்தவன் எப்படி மூழ்கிச் சாகமுடியும்? நீச்சலடித்துக் கிடக்கணும். உடல் தளர்ந்ததும் தானாகவே பரலோகம் சென்றுவிடலாம். ஆனால், எப்போது உடல் தளரும் என்பது பெரிய பிரச்சனை. தண்ணீரில் விழுந்தால் உலர்ந்த விறகாக உடல் மிதக்கிறது. நீச்சலடிக்காமலே மிதந்துகிடக்க முடியும். இது சரிப்படாது என்று விட்டுவிட்டான்.

அப்பா இருந்திருந்தால் பிரச்சனை எதுவுமில்லை. 'என்னிறைவா, என்னிறைவா, என்னை ஏன் கைவிட்டீர்' என்று ஏசுவே கதறும்போது மனிதர்களான நாம் எம்மாத்திரம். 'என்னிறைவா, என்னிறைவா, என்னை கைவிடும்' கண்ணீர் கன்னம் வழியாக கைகளில் வழிந்தோடியது. துவர்த்தால் துடைத்தான். டார்வின் தன் கைகளை இண்டையில் வைத்துக்கொண்டு படுத்திருந்தான்.

'அப்பா' என்றழைக்க வேண்டும்போல் இருந்தது. டார்வினின் உதடுகள் துடித்தது. டார்வினின் அப்பா இறக்கும் தருவாயில், கடைசியாக அலறியது அவனது காதைப் பிளந்தது. மறுபக்கம் திரும்பிப் படுத்தான். கண்ணீர்ச் சூடாகத் தோள்களை நனைத்தது.

ஓஐஙு

அப்பாவின் படகு கரைக்கு வந்துகொண்டிருந்தது. படகில் நான்குபேர் இருந்தார்கள். ஆறடி உயரம், கட்டுமஸ்தான உடல். ஒரு சிறு அலையில் சில்லியெடுத்து படகு கடரைக்கு வந்து குறுக்காக நின்றது. வடப்பக்கமாக எம்பிக்குதித்துப் படகைப் பிடித்திருந்தார். திடீரென்று ஒரு அலை படகின்மீது வீசியடித்துப் படகை வடக்கு நோக்கித் தள்ளியது. வடக்குப் பக்கம் நின்ற அப்பா, கால்தவறி விழுந்தார். அதற்காகவே காத்திருந்த படகு அவரின் மீதேறி உட்கார்ந்தது. மற்றவர்கள் படகைத் தூக்கமுயன்றார்கள். ஈனஸ்வரத்தில் அப்பா முனகினார். யானையொன்று அவரின்மீது ஏறியதுபோல் எலும்புடைந்து மண்ணில் புதைந்தார். அடுத்த அலைவந்து படகை அவரின் மீதிருந்து விலக்கியது. படகின் மறுபக்கம் நின்றவர்கள் ஓடிச்சென்று அவரைத் தூக்கினார்கள். தலை துவண்டு தொங்கியது. பீறிட்டுச்சாடிய இரத்தம் கடலை நனைத்தது. கடல் இரத்தத்தை நக்கியுண்டது. அடுத்த அலை சிவப்பாக எழும்பி வந்தடித்து நுரைசிந்திக் கிடந்தது. எலும்புகள் சதையாகத் தொங்கியது. இன்னொரு அலைவந்து அவரது உடல் முழுவதையும் நனைத்தபோது "அம்மா" என்ற கடைசி அலறலுடன் மூர்ச்சையானவர் மீண்டும் கண்திறக்கவில்லை.

அப்பாவின் உடல் முழுவதும் வெண்மையாக தோல் உரிந்து, மெதுவாக மஞ்சள் நிறமாக மாறி, உடல் முழுவதிலிருந்தும் இரத்தம் பீறிட்டுச்சாடியது. உரிந்த தோல்கள் பல இடங்களில் ஆலமர விழுதுகள்போல், கணவாய்மீனின் கைகள்போல் தொங்கியது.

ஓஐஙு

என்னை ஏதோ ஒன்று எங்கோ அழைத்துச் செல்கிறது. அம்மாவிற்கு உடல் சரியில்லாமல் இருந்தது? அல்லது நான் மரணத்தை நோக்கிச் சென்றுகொண்டிருக்கின்றேனா?

காலிரண்டையும் கட்டிக்கொண்டு கடலில் சாடினாலோ? சரிப்படாது. எந்த மீனுக்கு இரண்டு கால்கள் இருக்கிறது? கைகள் கொண்டு நீந்தமுடியும். கால்களை உதைக்கும்போது, கட்டுகள் இளகிவிடும். வேலைக்காகாது. பின்னென்ன செய்வது? இரவில் தற்செயலாக படகின் பின்னாலிருந்து வெளிக்கிருந்தவர்கள் தவறுதலாக கடலில் விழுந்து இறந்ததுண்டு. அதுபோல் சாடிவிட்டு, படகைத்தேடி நீந்தத் தொடங்கினால் படகை பிடிக்கவும் முடியாது, தொண்டை கிழிய சத்தமிட்டாலும் இஞ்சின் சத்தத்தில் படகில் இருப்பவர்களுக்கு நம்முடைய குரல் கேட்கவும் செய்யாது. ஆனாலும் உடல் எளிதில் தளர்ந்துவிடுமா? கல்லைக் கட்டிக்கொண்டு கடலில் சாடிவிடலாமா? இந்த நேரத்தில் கல்லுக்கு என்னசெய்ய? விசைப்படகில் இப்படி செய்வது அபூர்வம். இன்னொன்று, யாராவது கொலை செய்வதற்கு நம்மை ஒப்புக்கொடுப்பது.

ભ૪

எங்கள் வீட்டுத்தெருவில் ஒரு நாய் இரண்டு குட்டியிட்டது. குட்டிகள் எப்போதும் தாயுடனே இருந்தது. நடக்கும்போதும் குட்டிகள் சண்டையிட்டுப் பால்குடித்துக்கொண்டு சென்றது. ஒரு மாலைமங்கிய நேரத்தில் ரோட்டைக் கடக்கும்போது, ஒரு பேருந்து மோதி ஒரு குட்டி இறந்தது. இறந்தக் குட்டியின் பக்கத்தில் தாய்நாய் உட்கார்ந்திருந்தது. உயிர்ப்பிழைத்தக் குட்டி அப்போதும் பால் குடித்துக்கொண்டிருந்தது. தாய்நாய், இறந்தக் குட்டியை நாவால் வருடியது. அதன் கண்கள், இரண்டு சிறு விண்மீன்கள்போல் ஒளிவீசியது. அதை விரட்டியபோது அகலாமல், அந்த நாய் நடுரோட்டிலேயே உட்கார்ந்திருந்தது. இறந்தக் குட்டியை வாயில் கவ்விக்கொண்டு ரோட்டைக் கடக்கமுயலும்போது இன்னொரு வண்டிமோதி தாயும் இறந்தது. குட்டியை நாங்கள் கொண்டுவந்து வளர்த்தினோம்.

“லேய், இந்தப் பட்டிய நாம கடிபட்டியாட்டு மாத்தணும்” என்று லோபஸ் சொன்னான்.

“கடிபட்டியா? போவில. நம்ம மூணுங்கொலயயும் கடிச்செடுக்குமில.”

“கடிபட்டிதாம்பில. இந்த ரோட்டில லெக்கும் பிரேக்கும் இல்லாம போறவன, இந்தப் பட்டி கடிச்செடுக்கணும். அப்பதான் இதுக்க தள்ளப்பட்டிச்ச ஆத்துமா சாந்தியடயும்” லோபஸ் சொன்னான்.

“ஓமில, கடிபட்டிதான் சரியாவும்.”

“இந்தப் பட்டிய எப்படி கடிபட்டியாட்டு வளத்தெடுக்க முடியும்?”

“ஒரு வளியிருக்குது. இதுக்கு சோத்தில கருப்பட்டிய கலந்து கொடுக்கலாம்” என்று லோபஸ் சொன்னான்.

“ஒள்ளதா?”

“பின்னல்லாம, எங்க போத்திச் சொன்னது. கருப்பட்டிய சோத்தில கலந்து கொடுத்தா பட்டிச்சு தேச்சியம் கூடும்.”

“அதிருக்கட்டும் இந்தப் பட்டிச்சு எந்தபேரு வெச்சிலாம்?”

“ஜானி” அனைவரும் ஒப்புக்கொண்டார்கள்.

ஜானி, லோபஸ் வீட்டில் வளர்ந்து வந்தது. சிறுவர்கள் ஜானிக்கு தினம் ஒருமுறை சோறுடன் கருப்பட்டியை கலந்து கொடுத்தார்கள். ஜானி மெதுவாக வளர்ந்தது. ஆனால், யாரையும் கடிக்கவில்லை. வாயில் கையைக் கொடுத்தால் நாவால் நக்கியது. சிறுவர்களுக்கு ஏமாற்றமாக இருந்தது.

“என்ன செய்யலாம்?”

“அத கம்புவெச்சு அடி” என்றான் ஒருவன். உண்மைதான், ஜானியை கம்பால் அடித்தபோது குரைத்துக்கொண்டு கவ்விப் பிடித்தது. பக்கத்தில் வந்தவர்களை விரட்டியது. கையில் கம்பெதுவும் இல்லாதபோது வாலாட்டி வந்தது.

லோபஸின் ஐயா, ஜானிக்கு தினமும் காலையில் காய்ச்சி ஆறவைத்த பாலை ஒரு கிண்ணத்தில் வைப்பார். ஜானி அதை நக்கி உண்டது. சிறுவர்களின் நச்சரிப்பு வேறு. ஜானியை வளர்ப்பது பெருந்தொல்லையாக இருந்தது. அதன் கழுத்துச் சிறிதாக வீங்கத் தொடங்கியது. ஜானியை வீட்டில் தொடர்ந்து வைத்துக்கொள்ள லோபஸின் ஐயா விரும்பவில்லை.

“லேய், இந்தப் பட்டிய வேறெங்கிலும் கொண்டுபோங்கல.”

“எங்கு கொண்டுபோவ?”

“ரோட்டில கொண்டுவிடு” ரோட்டில், வேறு ஊரில், கண்காணாத தூரத்தில் கொண்டுவிட்டாலும், ஜானி வாலையும் ஆட்டிக்கொண்டு லோபஸின் வீடு தேடிவந்தது.

“ஐயா, அந்த சாறு சொல்லிச்சு, ஜானிய ஆசுவத்திரியில கொண்டு காட்டணுமாம்.”

“எதுக்கு? களுத்து வீக்கத்துக்கா?”

“ஓம்.”

“செரிதான்” நடுஇரவில் ஜானியைத் தூக்கிக்கொண்டு கடற்கரையில் வெகுதொலைவிலிருந்த வள்ளத்தில் கட்டிப் போட்டுக்கொண்டு வந்தார். காலையில் எழும்பியபோது வீட்டில் ஜானி படுத்திருந்தது. ஐயா சாப்பிடும்போதும் ஜானி அவருக்கு முன்னால் உட்கார்ந்திருக்கும். அதற்கு வயிறுமுட்ட உணவிட்டார். ஆனால், அதைத் தொடர்ந்து வைத்திருக்க ஏனோ விரும்பவில்லை.

அன்று மாலை ஒரு குப்பி மருந்துடன் வந்தார்.

“இதென்னத்த?”

“பட்டிச்சு மருந்து”

லோபஸின் ஐயா இரவு சோறுண்ண உட்கார்ந்தபோது ஜானி அவருக்கு முன்னார் முன்காலில் நின்று பின்னங்காலை மடக்கி உட்கார்ந்திருந்தது. மெல்லிய சிரிப்பு அதன் முகம் முழுக்கப் பரவியிருந்தது. அதனிடம் ஒரு கம்பீரம் இருந்தது. அதற்கான சோற்றுருண்டையை உருட்டிக்கொண்டிருந்த ஐயாவையே ஜானி பார்த்துக்கொண்டிருந்தது. உருட்டிய சோற்றுருண்டையில் சிறிதளவு மருந்தை ஊற்றி அதை ஜானியின் முன்னால் வைத்தார். ஜானி அதை முகர்ந்துவிட்டு, நன்றியுடன் ஐயாவை ஒருமுறைத் தலைதூக்கிப் பார்த்துக்கொண்டு, அந்த சோற்றுருண்டையை உண்டது. சோற்றை உண்ட பிறகு, ஐயாவை வைத்த கண்வாங்காமல் பார்த்தவாறு ஜானி உட்கார்ந்திருந்தது.

“ஜானி, வெளியில போ” என்று லோபஸ் நாயைத் தள்ளிவிட்டான். ஜானி உட்கார்ந்திருந்தது போலவே, எந்த உடலசைவுமின்றி ஒரு கற்சிலைபோல் வலதுபக்கமாக மறிந்து விழுந்து ஒரு பொம்மைபோல் மூச்சற்றுப் பிணமாகக் கிடந்தது.

ஒஓ

“டார்வினு, நீ ஒறங்கேத?”

“இல்லண்ணா”

“தோ, கப்பலு வருத வரத்தப்பாரு. கர்ணம் தப்பினா மரணம். நம்மள இடிச்ச வருதான் பாரு. நான் கொறச்சு கண்ணயந்தாலும் இந்தக் கப்பலு நம்ம போட்ட இடுச்சும்” படகில் வெளிச்சமிருந்தும் கப்பல் மிக அருகாமையில் வந்து கடந்து சென்றது.

“தெற்றாட்டு எடுக்காத பிள்ள. நீ தந்த சாய இல்லண்ணா நான் இப்போ கண்ணயந்திருப்பேன். ஒறக்கம் வராதிருக்கத்தான் சாய போட்டுத்தரச் சொன்னேன். நீ ஒறக்கடா ராசா” என்று கிளீட்டஸ் சொன்னான். டார்வினுக்கு தூக்கம் வரவில்லை, புரண்டுபடுத்தான்.

டார்வின் காலையில் எழும்பிப் பல்துலக்கிக்கொண்டு, காலை சமையலை செய்யத் துவங்கினான். காலை சமயலுக்கான மீனை, அந்த நேரத்தில் அவனே தூண்டிலிட்டுப் பிடித்தான். வேளாக்குட்டி காரையை துடிக்கத்துடிக்க வெட்டிக் கழுவி, கொதித்துக்கொண்டிருந்த கறி நிரம்பிய பெருஞ்சட்டியில் தூக்கிப்போட்டு மெதுவாகக் கிளறி வைத்தான். கறிமணம் தூங்கிக்கொண்டிருந்தவர்களை எழுப்பியது.

படகின் உட்பகுதியிலிருந்து ஒவ்வொருவராக எழும்பி வந்தார்கள். வீலசினுள் கட்டியிருந்த சிறிய வலையில் சொருகியிருந்த அவரவருக்கானப் பிரஷ்ஷை எடுத்துப் பல் துலக்கிக்கொண்டு சாப்பிட உட்கார்ந்தார்கள்.

“லேய், எனக்க வசியெங்கு?”

“எந்த வசி?”

“என்னக்க வசி. யோகனெண்ணு பேரெழுதியிருக்கும்”

“இதா, இந்த மடங்கின வசியா?”

“ஓமில. லேய், நான் நூறுபிறாவசியம் சொல்லியாச்சு. எனக்க வசிய எடுக்காதெண்ணு.”

“நம்ம போட்டில அப்படி தனித்தனி வசி இல்லயே. இவரு தனி வசியிலதான் தின்னுவாரு. மார்த்தாண்டவர்மா மகாராஜாவுக்க மூத்த மருமோவன்.”

“லேய், எனக்க வசியத்தால” என்று யோகன் சொன்னதும், வசியை வைத்திருந்தவன் அதைத் தூக்கிக் கடலில் எறிந்துவிட்டான். யோகன் அவன்மீது பாய்ந்து விழுந்து உதைத்தான். இரண்டுபேரும் கட்டிப் புரண்டார்கள்.

“அடிச்சு பல்ல ஒடச்சுப் போடுவேன்.”

“மடயா, வெவரங்கெட்ட கிறுக்கா. கடல்ல கெடந்தா அடிச்சு உருளணும். நிறுத்துங்கல உங்க குஸ்திய. நிக்க முப்பத்தாறு பல்லயும் கொரடுவெச்சு கறண்டி எடுத்துப்போடுவேன், பன்ன ராஸ்கல். அந்த வசி இல்லண்ணா சட்டியில தின்னு. ஒரு காலத்தில பளஞ்சட்டியில வெரவித்தின்ன ஆளுங்கதான நீங்க” என்று கிளீட்டஸ் சொன்னதும் இருவரும் விலகினார்கள்.

“லேய் கிளீட்டஸு, நீ ஒருமாதிரி வேளஞ்சொல்லாத, கேட்டியா. நான் கடப்புறத்தில சிவனேண்ணு சும்மா நிண்ணேன். நீ தொளிலுக்கு ஆளு கொறவெண்ணு என்னய விளிச்ச. அப்போ எனக்க வசியயும் கொண்டுவரச் சொல்லியிருந்தா, நான் எனக்க பேர்சியா பீலீசு வசிய கொண்டுவரப் பாத்தேனே. இங்க நம்பரெளுதின வசியிருக்கெண்ணு எனக்கென்ன தெரியும்?”

“அண்ணா, நான் உன்னய சொல்லல்ல” என்று கிளீட்டஸ் பின்வலித்தான்.

“லேய், நீ வல்லதும் ஆனமயக்கிய காலங்காத்தால மோந்து பாத்தெண்ணா, பேசாத சும்மாயிருல. நீ வசிக்காறன கைசூண்டிப்பேசு”

“இதுக்கெல்லாம் காரணம் நீயாக்கும். எனக்க வசிய அவன் எடுத்தத நீ காணல்லயா? நிக்க செள்ளயில ரெண்டு தரணும்” என்று சொல்லிக்கொண்டு யோகன் கையை ஓங்கிக்கொண்டு டார்வினை நோக்கிச் சென்றான். மீன் அறுப்பதற்கு பயன்படுத்திய கத்திமீது டார்வின் கால்தடுக்கி விழுந்தான். கத்தி உள்ளங்காலை அறுத்தது. டார்வின் வேதனையுடன் படுத்திருந்தான். நேரம் செல்லச்செல்ல உடல் பாரம் ஏறுவதுபோல் இருந்தது.

டார்வினின் மச்சான் தோமஸ், காலையில் சாப்பிட உட்கார்ந்தான். இரண்டு வசி புட்டு, பப்படம், பயறு, ரசகதளி பழம் ஆகியவற்றை விரவி ஒற்றை மூச்சில் வாயில் உந்தித் தள்ளிவிட்டு, ஒரு சொம்புப் பாலைக் குடித்துக்கொண்டு தன்னுடைய வயிறைத் தடவிப் பெருமூச்சுவிட்டான். சிறிதுநேரம் தூங்கிவிட்டு, வெளியில் சென்று சீட்டு விளையாடிக்கொண்டு, சாப்பிட வீட்டிற்கு வந்தான்.

“ம்பேய், எனக்க மாப்பிள வருது. நீ தடியப்போல கெடக்கேத?” என்று நவோமி தூங்கிக்கொண்டிருந்த அம்மாவிடம் கேட்டாள்.

“மோளே, எனக்கு வையா. எனக்குத் தளச்சயப்போல வருது” என்று ரெபேக்கா சொன்னார்.

“தளச்சயா? சாயக்கடயணும் புரோட்டாவும் எறச்சியும் வாங்கிக்கொண்டுவர எனக்க ஆணாப்பெறந்தவன சொல்லி விடட்டா?” என்று நவோமி சொன்னாள்.

“என்ன, தின்ன ஒண்ணும் இல்லயா? இந்த வீட்டில வயிறு அலந்து வந்தா தின்ன ஒண்ணும் இருக்காது. ச்சே” தோமஸ் நெற்றியில் வடிந்த வியர்வையைத் துடைத்துக்கொண்டு சொன்னான்.

“ஐயோ, மாலவரே கேட்டீரா? எனக்க மாப்பிள தளந்து வந்தது. ஏத்தம் பளவும் மீனும் வாங்கிக்கொண்டுவர இவளுக்ககிட்ட சொன்னேன். மகாராணியப்போலக் கெடந்து ஒறங்குதா. எனக்க தங்கத்தொரச்ச தேகம் இதோட வாடிப்போவும். எனக்க கெதி ஒருத்தருக்கும் வரப்பணி” என்று சிலுவையுடன் சென்ற கர்த்தரைப் பார்த்து வழிநெடுகில் நின்ற பெண்கள் அழுததைப்போல் நவோமி மிகுந்த மனவேதனைக்கு உள்ளானாள்.

“இயாளு இங்கு கெடக்கேது. ஓய், கடப்புறத்தில நல்ல மீம்பாடு. வல்லதும் மீன வாங்கிக்கொண்டு கடயில போயி வித்து வல்லதும் தின்ன வாங்கிக்கொண்டு வருமி” என்று வாச்சை கிலுக்கி நேரத்தைப் பார்த்துக்கொண்டு தோமஸ் தன்னுடைய மாமியாரிடம் சொன்னான். தூங்கிக்கொண்டிருந்த டார்வினின் அம்மா எழுந்து, மீன் சருவத்தையும் எடுத்துக்கொண்டு கடற்கரைக்குச் சென்றார்.

ஓஊ

“டார்வினு, வேதன இருக்கேது?” - கிளீட்டஸ்

“ஓம், அண்ணா நல்ல வேதன” டார்வினின் காலைத் துவர்த்தால் கட்டிவைத்திருந்தார்கள்.

“நம்ம ஊரு வள்ளம் ஒண்ணு கரையில போறு. நீ அதில ஏறிப்போ.”

“அப்படி போனா, எங்க மச்சான்?”

“நீ ஒண்ணும் பேடிச்சாத. நான் அவனுக்கு விளிச்சு சொல்லுதேன்” என்று சொல்லிக்கொண்டு சேட்டலைட் போனில் தோமஸை அழைத்தான்.

“ஹலோ”

“ஹலோ பாட்னர், நான் கிளீட்டஸ்”

“என்ன சீசன் உண்டா?”

“ஓம், நல்ல சீசன். நாங்க இப்ப இருநூற்றி நாப்பது நாட்டிகல் மைல்ல கெடக்கோம். டார்வினக் கரையில கொண்டு வரட்டா?”

“என்னத்துக்கு? அவுங்க அம்மச்சு ஒரு பிரச்சனயும் இல்ல. அவன கரையில அனுப்பண்டாம்” தோமஸ் சொன்னான்.

“அவனுக்கு காலில பீயாத்திக்கொண்டு அத்துப்போச்சு.”

“ஒரு நிமிசம்” என்று சொல்லிக்கொண்டு “நோமி, டார்வினுக்குக் காலில பீயாத்திக் கொண்டதாம். அவனயும் கொண்டு கரயில வரட்டாணு கேக்குதாரு.”

“அய்யடா, என்னத்துக்கு கரயில வர? நல்ல தொளிலு நடக்கித நேரம், கரயில வந்தா எப்படி? அந்த பயன் தமாசா களிச்சிதான். வேற ஒருத்தருக்கும் பீயாத்தி கொண்டு அத்துப் போகல்லயா? அவன் ரெண்டுநாளு பொறுக்கமாண்டானா? அவுங்க அம்மயப் போல, அவனும் வேலக்கள்ளன்” நவோமி சொன்னாள்.

“ஹலோ, அதொண்ணும் பிரச்சனயில்ல. ரெண்டுநாளு களிஞ்சு வந்தாமதி.”

மச்சான் சொன்னதைக் கேட்டுக்கொண்டிருந்த டார்வின் “பிரச்சனயில்ல. நான் ஒண்ணுரெண்டு நாளு பாத்து கரையில போறேன், அண்ணா” என்று கிளீட்டஸிடம் சொன்னான். டார்வினின் கால் வீங்கி நீலநிறத்தில் வந்தது. வலியைக் கட்டுப்படுத்திக் கொண்டான். மீன் சீசன் இருக்கும்போது கரைக்குத் திரும்பச் சொன்னால் நன்றாக இருக்காது. உட்கார்ந்திருக்கக்கூட முடியாமல் படுத்திருந்தான். காலில் உணர்ச்சி மெதுவாக இல்லாமலாகிக் கொண்டிருந்தது. கரைக்குச் செல்லும் படகு இவர்களை நோக்கி வந்துகொண்டிருந்தது.

அன்று கிளீட்டஸின் படகில் நல்ல மீன்பாடு. ஒருமட்டுத் தூண்டிலில் இரண்டு கேரை மீன்கள்வரை வந்தது. சிலநாட்களுக்குப் பிறகு விசைப்படகு கரைக்குத் திரும்பும்போது பலத்த காற்றுடன் அடைமழை. ஊருக்குச் செல்ல இரண்டு மூன்று நாட்கள் ஆகிவிடும். கொச்சியில் அணைந்தார்கள். விசைப்படகு கரைக்கு வருவதற்குள் தோமஸ் கொச்சிக்கு சென்றுவிட்டான். இருபது இருபத்தைந்து லட்சத்திற்கும் அதிகமாக மீன்கள் விற்பனையாகும்.

கொச்சி தோப்பம்படி மீன்பிடித் துறைமுகத்திற்கு வந்த கிளீட்டஸின் விசைப்படகினுள் தோமஸ் சாடி ஏறினான். “என்ன?

பேச்சுமூச்சும் இல்ல? மீன எறக்கு" என்று இடதுகையை உயர்த்தி கிலுக்கிக் கொண்டு ஐஸ் ரூமினுள் தோமஸ் சென்றான்.

ஒவ்வொரு அறையாகத் திறந்தான். இந்த அளவிற்கு மீனை அவன் கண்டதில்லை. "எனக்க ஷேறும், டார்வினுக்க பங்கும் சேத்து, எப்படியும் அஞ்சு ஆறு லச்சம் கிட்டும்" என்று தோமஸ் தனக்குள் சொல்லிக்கொண்டான். டார்வினையும் கொண்டு படகு கரையில் வந்திருந்தால், இந்த அளவு மீன் கிடைத்திருக்காது என்று திருப்திப்பட்டுக்கொண்டான். ஞாபகம் வந்தவனாக டார்வினை படகில் தேடினான். ஐஸ்ரூமில் மீன்களுக்கு இடையிலும் ஐஸ்பாக்சை திறந்தும் பார்த்தான். டார்வினை எங்கும் காணவில்லை.

கிளீட்டஸ், டார்வினை ஆஸ்பத்திரியிலிருந்து டிஸ்சார்ஜ் செய்து வீட்டிற்கு அழைத்துச் சென்றுகொண்டிருந்தான்.

11

கிரிக்கெட்

கோடிமுனை கிரிக்கெட் போட்டி வருடா வருடம் ஜூன் ஜூலை மாதங்களில் நடக்கும். விளையாட்டு குளச்சல் செயிண்ட் மேரிஸ் பள்ளி மைதானத்தில் நடைபெறும். வள்ளவிளை ஹட்சின்ஸ் கிரிக்கெட் கிளப் ஒவ்வொரு முறையும் தூத்தூர் அல்லது கோடிமுனையுடன் செமிபைனலில் தோற்றுவிடும். இந்தமுறை ஃபைனலுக்கு வந்துவிட்டது. கோப்பையை பூசை நடக்கும்போது பீடத்தில் வைத்திருப்பது ஆயுள் நிகழ்வு. காலையிலேயே டெம்போ வேன் வந்துவிட்டது.

ஹச்சின்ஸ் டீமில் சிறந்த வீரர்கள் உண்டு. கேரளாவின் பொழியூர் கொல்லங்கோடு ஆன்றணி மற்றும் அவருடைய தம்பி செல்வராஜ் இருவரும் கெஸ்டாக விளையாடுகிறார்கள். இதுபோல் அணியில் வேறு மூன்று அண்ணன் தம்பிகள்.

“கேசட் எடுத்தாச்சா?”

“ரஸ்புடீன் இல்லாம எப்படி வண்டி எடுக்கமுடியும்?”

“லேய், ரஸ்புடீன் இருக்கட்டு. அவம்மாருக்கு நல்ல டீம். பின்ன, மற்ற ஒருத்தன், அவனுக்க பேரென்ன?”

“குறும்பனை யூஜின்ராஜ்.”

“ஓம், அவன்தான் ஒப்பனிங் செய்வான். அவன மட்டும் எடுத்தாமதி. மீதி காரியம் எளுப்பம்”

“ஜாண்சா, முதல் ஓவரில அவன அவுட்டாக்கு. யார்க்கர் போடு.”

“அத, நானேற்று”

“நம்ம ஒப்பனறு எங்கு?”

“இதா இங்கு பெறக்க இருக்கான்.”

“லேய் ஷேஷன், நீ டக்கவுட் ஆனாலும் பிரச்சனயில்ல. குழித்துறையில நடந்தது மாதிரி மூக்கில அடிச்சு சாவாதேல. ஒருக்கா நீ ரெச்சப்பட்டாச்சு. இனியும் ஒருக்காகூட மூஞ்சிச்ச நேரா பேட்ட தூக்கினா, உன்னய ரிட்டயர்ட் ஹர்ட் ஆக்குவேன் பாத்துக்கோ”

“விடடே, விடடே.

“பின்ன, அன்னதாசா நீ பந்த உருட்டாத. நீ உருட்டினா, நம்ம விக்கட் கீப்பறு கோடிமுனச்சு வேண்டி வெளயாடுவான். உனக்க ரெண்டு ஓவறில அவன்மாருக்கு வன்விஜயமாட்டிருக்கும்.”

“ஓம், கல்கட்டா ஈடன்கார்டன் ஸ்டேடியம். பிச்சு முளுக்க மண்ணும் கல்லும் கட்டயும். உருளணுமா வேண்டாமெண்ணு பந்து தீர்மானிச்சும்”

“ஓ, அப்போ, நம்ம பிரடி போடுவான்.”

“போடட்டு, நானாச்சும் பறவாயில்ல, பந்து ஸ்டம்பில் கொள்ள வாய்ப்பு உண்டு. அவன் பந்த ஸ்கூளுக்கு வெளியில எறியுவான்.”

“அதுவும் ஒள்ளதுதான்”

“போறவளியில, தாவீத மறக்காத வண்டியில ஏத்து.”

“பேச்ச விடுங்கடே. டிரைவர், பாட்டப்போடு.”

ஹட்சின்சின் தேசியகீதம் ஒலிக்கத்தொடங்கியது.

“ரா ரா ரஸ்புடீன், லவ்வராப்த ரஷ்யன் குயீன்”

“தோ, அதா கைகாட்டுதான். நிறுத்து நிறுத்து, தாவீத ஏத்து.”

குளச்சல் செல்லும்வரை ஒரே பாட்டு. ஆட்டம் பாட்டம். போட்டியில் ஜெயித்தால் கொண்டாட்டம். டெம்போவில் முதல் இன்னிங்ஸ் முடிந்துவிட்டது.

"லேய், நல்ல டயர்ட்."

"அப்போ, நீ வெளயாடாத, வெளியில இரு. ஆளு நெறய."

விளையாட்டுத் தொடங்கியது. ஓப்பனர்கள் ராஜனும் சேசையனும் நிதானமாக ஆடினார்கள். கோடிமுனையின் நிக்சன் மற்றும் டேவிட்டை சமாளித்தால் போதும். அவர்களுக்கு உலகத்தரம் வாய்ந்த விக்கட் கீப்பர் புரூட்டஸ். மார்ஷல், அம்புறோஸ் எந்த பவுலருக்கும் ஸ்டம்பிற்கு அருகிலேயே இருப்பார். கிரீசிலிருந்து சற்றுவெளியில் சென்றாலும் அவுட். யூஜின்ராஜ் மீடியம் மாதிரி ஸ்பின் போடுவார். ஆரோக்கியதாஸ் ஃபைன் லெக்கில் அடித்த பந்து பள்ளிக்கூடத்தின் நடுக்கூரையை உடைத்தது. கடந்த செமிஃபைனலில் கடைசி விக்கட்டிற்குப் பவுலோஸ் ஜோய் மற்றும் ஜாண்சன் இருவரும் இணைந்து நாற்பத்து எட்டு ரன்கள் அடித்து வெற்றியைத் தேடித்தந்தார்கள். இந்தமுறை அவர்கள் சோபிக்கவில்லை. தாவீது லாங் ஆஃபில் ஒரு ஃபோர். அடுத்த பந்து ஃபுல்டாஸ், அவுட். இருபத்தைந்து ஓவர் விளையாட்டு. எண்பத்து மூன்று ரன்னில் ஆல் அவுட்.

அடுத்த இன்னிங்சில், யூஜின்ராஜ் ஓப்பனிங். முதல் ஓவரை ஜாண்சன் வீசினான். முதல் பந்தை யூஜின்ராஜ் ஸ்வீப் செய்தான். ஃபைன் லெக்கிற்கும் ஸ்கொயர் லெக்கிற்கும் இடையில் பவுண்டரி. இரண்டாவது பந்தை ஜாண்சன் இன்ஸ்விங் செய்தான். பந்து மிடில் ஸ்டம்பைப் பதம் பார்த்தது. ஷெல்டன் ஒரு மேஜிக்கல் பௌலர். இன்ஸ்விங் அவுட்ஸ்விங் இரண்டையும் எதிர்பாராத நேரத்தில் வீசி எதிரணியை பயங்காட்டினார். ஜோய் அண்ணனின் ஸ்பின் பவுலிங்கில் தாவீது அழகான ஒரு கேட்ச் டைவ் செய்து எடுத்தான். இன்னொரு பந்தில் கண்ணிமைக்கும் நேரத்தில் ஸ்டம்ப் செய்தான். ஆனால், கையுறை ஸ்டம்பில் படவில்லை. அன்னதாசனின் பவுலிங்கில் பந்து உருண்டு, தாவீது ஓட்டைவிட்டு, கோடிமுனை பேட்ஸ்மேனைவிட அதிக ரன்களை அவன் கொடுத்திருந்தான். தாவீதை மாற்றிவிட்டு, ராபர்ட் கீப் செய்தார். ஓட்டையை அடைத்தபாடில்லை. முடிவில் கோடிமுனை வென்றது.

"கொண்டாட வேண்டாமா? நேரா ஊருக்குப் போனா எப்படி?"

"வேற என்ன செய்யலாம்?"

"முட்டம் போலாம். கடல்ல குளிச்சலாம்."

"ஓ, போலாம். அலைகள் ஓய்வதில்லை கடப்புறத்த பாக்கது ஒரு சுகம்தான்."

"இது தெரிஞ்சண்ணா, டிரவுசர் கொண்டுவந்திருக்கலாம்."

"டிரவுசர் எதுக்கு, ஜட்டியோட குளி."

கடியப்பட்டினம் தாண்டி முட்டம் சென்றார்கள். தாவீது இடதுபக்கம் செம்மண் தேரியை பார்த்துக்கொண்டிருந்தான். கடலைக் கவனிக்கவில்லை.

"லேய், கடலப்பாரு."

கடல் கறுப்புநிறத்தில் விம்மிப்பொருமிக்கொண்டிருந்தது. பாறைகளின்மீது ஓங்கி அடித்து அவற்றைத் தன்னோடு இழுக்க முற்பட்டது.

"இதா, போய் ஜட்டியோட குளியுங்க"

"ஒண்ணும் போடண்டாம், கடலு கடத்தியெடுக்கும்"

"இந்த ஆனியாடி சமயத்தில கடப்புறத்து வரலாமா?"

"முட்டத்திலும் ஆனியாடியெண்ணு எனக்கு இப்பத்தான் தெரியும்."

"முட்டம் என்ன காயலா?"

"வண்டியத்திருப்பு, போலாம்"

"இந்தப்பய என்னத்த சொல்லுதான், கடலுபாக்க வந்தாச்சு. கடல பாத்திட்டுப் போலாம்."

"கடலு நம்ம ஊரில இல்ல, இன்னா இந்த லைட்ஹவுசில ஏறி கடல பாக்கலாம்"

"என்னத்த? அதுக்கு போட்டோவில நல்லா பாக்கலாம். லேய், வந்ததுக்கு கடல்ல கால நனச்சிண்டு போலாம்."

"இந்தக் கடல்ல காலுநனச்ச முடியாது. கடலுகெடக்குத கெடயப்பாரு. நம்மள அது கொத்தியெடுக்கும்."

உண்மையில் கடல் ஒரு பசிகொண்ட பேய்போல் தலைமுடிபறக்க அலைந்துகொண்டிருந்தது. ஆங்காங்கே, கறுத்த யானைகள் தங்கள் முதுகைக் கடலினுள் அமிழ்த்தியும் வெளியில் காட்டியும் விளையாடிக்கொண்டிருந்தது. அல்லது, மீன்பிடிக்கும்

யானைகளைப் பெரிய மீன்கள் கடலினுள் அமிழ்த்திக் கொண்டிருப்பதைப்போல் பாறைகள். சில இடங்களில் கடல்மறித்த கலங்கள்போல் பாறைகள் மறிந்து கிடந்தது. பாறைகளில் மோதும் அலைகளின் கச்சான் வேனை நனைத்தது.

“வண்டிய கோயிலுக்க கிட்ட விடு”

வண்டியை வளைவில் நிறுத்தி, ஒரு கடையில் சர்பத் குடித்துவிட்டு கோயில் வளாகம் வழியாக முன்பக்கம் சென்றார்கள். கோயில் கதவு திறந்திருந்தது. உள்ளே சென்றார்கள். பரிசுத்த மாதாவே எங்களைக் காப்பாற்று.

“வியாகுல மாதாவா?”

“மாதாவோட கையில ஏசுபாலகன் இருக்காரு. காணிக்கை மாதா.”

‘மாதாவை பார்க்கும்போது கண்ணீர்வருவது எனக்கு மட்டும்தானா?’ தாவீது தனக்குள் நினைத்துக்கொண்டான். ஒரு காகம் ஒரு பெஞ்சில் தனித்து ஜெபம் செய்வதுபோல் அமர்ந்திருந்தது. கறுத்த காகத்தின் கழுத்து சாம்பல் நிறத்திலிருந்தது. தாவீது பக்கத்தில் சென்றபோதும் அது அங்கேயே மாதாவைப் பார்த்துக்கொண்டிருந்தது. இன்னொரு காலடி எடுத்துவைத்ததும், அது ஒரு அடி நீங்கி மீண்டும் ஜெபம் செய்வதுபோல், அசையாமல் இருந்தது.

வெளியில் வந்தார்கள். சற்றுத்தள்ளி வட்டமாக எட்டுபேர் சீட்டு விளையாடிக்கொண்டிருந்தார்கள். இவர்கள் ஒவ்வொருவராக கீழிறங்கி பாறைமீது சென்றார்கள்.

“எங்க போறீங்க?” என்று முட்டம் பாஷையில் இரண்டுமூன்று குரல் கேட்டது. ஒவ்வொரு ஊருக்கும் தனித்தனி பாஷை.

“என்னோ?” இவர்கள் பாஷையில்.

“நேத்துதானே, மூணுபேரு இதா அந்தப் பாறையில, கடலெடுத்து மரிச்சாங்க. ஆளு ஒண்ணும் கிடைக்கல.”

“சும்மா சொல்லாதீங்க”

“ஏன், உங்க ஊரில சிமித்தேரி இல்லயா? அந்தப் பாறயத்தாண்டி போகாதீங்க. சொன்னா கேளுங்க.”

“எங்க ஊரில உங்களவிட வலிய சிமித்தேரி.”

“அப்போ அங்கபோயி சாவுங்க. எங்க உயிர எடுக்காதீங்க. நீங்க கடல்ல விளுந்தா நாங்கதான் கடல்ல சாடி உங்களப் பிடிக்கணும். எங்களுக்கு மக்ககுட்டிங்க இருக்கு.”

“நீங்க ஒண்ணும் சாடண்டாம். போயி குட்டிமக்கள பாருங்க.”

அவர்கள் சொன்னதைக் கேட்டதும் தாவீதோடு சென்றவர்கள் அங்கேயே பாறையில் நின்றார்கள். பாறை பச்சைப்பாசி பிடித்திருந்தது. ஒரு அலைவந்து அவர்களை நனைத்தது. பாசியில் வழுக்கி, பாறையிடுக்கில் தாவீதின் கால் சென்றது. அதில் மண் நிரம்பியிருந்ததால், பாதிப்பொன்றுமில்லை. சிறிதுநேரம் அலைகள் இல்லை. பாறைகளின் உயரம் அதிகரித்தது.

திடீரென்று மேலே நின்ற ஊர்க்காரர்கள் அனைவரும் “ஏய், ஏய்” என்று சத்தமிட்டார்கள்.

தாவீது நிமிர்ந்து பார்த்தபோது ஐந்துபேர் கடலுக்குள் நீண்டிருந்த முதல் பாறைக்குச் சென்றுவிட்டார்கள். கடல் பின்னுக்குச் சென்றது. அவர்களில் நான்குபேர், அண்ணன் தம்பிகளில் மூத்தவர்கள். ஐந்தாவது ஆள், செபாஸ்டின்.

“தம்பிகளா, திரும்பி ஓடுங்க. கடலு இப்போ அந்தப் பாறய மூடும்” என்று அவர்கள் சொன்னதைக் கேட்டதும், செபாஸ்டின் திரும்பி ஓட முயன்றான். முதல் எட்டிலேயே வழுக்கி விழுந்தான். பாறைகளின் உயரம் குறைந்துகொண்டே வந்தது. கடல்மட்டம் அதிகரிக்கத் துவங்கியது. தூரத்திலிருந்து ஒரு பேரலை வந்து கொண்டிருந்தது.

“சொன்னா கேட்டாத்தானே. அந்தப் பரிசுத்த மாதாதான் உங்கள காப்பாத்தணும்” என்று சொல்லிக்கொண்டு அவர்கள் பாறைமீது வேகமாகச் சென்றார்கள். கடலுக்கு உட்பக்கம் தனித்திருந்த பாறையில் அலை வேகமாக மோதி, ஐவரும் நின்ற பாறையைத்தேடி எழும்பி வந்துகொண்டிருந்தது.

ராஜராஜ சோழன் விழிஞ்சத்தை வெற்றிகொண்டு முட்டத்தில் தனது பிறந்தநாளைக் கொண்டாடியதாக சரித்திர நம்பிக்கையுண்டு. உண்மையில், சதயத்திருவிழா முட்டத்தில் நடந்திருந்தால், இந்தப் பாறைமீது நின்றுதான் கொண்டாடியிருப்பார். இருப்பினும், விழிஞ்சத்தை வென்றவன் முட்டத்தில் எதற்கு சதயத்திருவிழா கொண்டாடவேண்டுமென்ற சரித்திர சந்தேகத்தைக் கேட்கும் நேரம் இதுவல்ல.

"ஒருத்தரும் ஓடாதீங்க. எல்லாருக்க கையையும் பிடிச்சிண்டு வட்டமாட்டு கால கல்லில ஊணிநில்லுங்க. கைய மட்டும் எந்த காரணம் கொண்டும் விடக்குடாது." ஜோய் அண்ணன் சொன்னார்.

அனைவரும் தங்கள் கைகளை அருகில் நின்றவரின் கையுடன் பிடித்துக்கொண்டு வட்டவடிவில் நின்றார்கள். பேரலை, இவர்கள்மீது ஓங்கியடித்தது. ஐவரும் பாறைமீது மலைபோல் அசையாமல் நின்றுகொண்டிருந்தார்கள். குளித்து எழும்பினார்கள். அலையடித்து அடித்து அவர்கள் நின்ற பகுதி பாசியின்றி இருந்தது. பாறையில் நீர்வழிந்ததும், மெதுவாகப் பாசியில் கால்படாமல் நடந்துவந்தார்கள்.

"தம்பிகளா, நாங்க சொன்னா கேளுங்க. ஏதோ ஆத்துமம் செய்த புண்ணியம்."

பாறையிலிருந்து மேலேறி அவர்கள் அமைதியாகக் கோயிலை நோக்கி நடந்துவந்தார்கள்.

"மக்களே, ஒருதடவ கோயில்ல ஏறி மாதாவ பாத்திட்டு போங்க" ஒரு பாட்டி சொன்னார்.

அவர்கள் மீண்டும் தலைவாசல் வழியாகக் கோயிலுக்குள் சென்றார்கள். கோயில் அமைதியாக இருந்தது. அந்தக் காகம் அங்கு இல்லை.

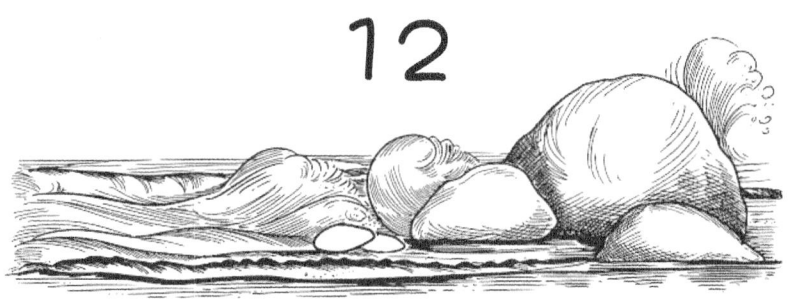

12

திலேப்பியா

ஆதித்தன்துறை கிராமத்தில் கடற்காற்று தெற்கிலிருந்து வடக்கு நோக்கி வீசிக் கொண்டிருந்தது. கடலிருக்குமிடம் தெற்கு. சூரியன் உச்சியில் நிலைத்து மெதுவான அதிர்வுகளோடு தெற்கு நோக்கி நகர்ந்து கொண்டிருந்தது. கடலில் குளித்துக் கரையேறிய சிறுவர்கள் சுடுமணலில் உட்கார்ந்து தொடை இடுக்கில் சுடுமணலை வாரிவாரி வைத்துப் புதைந்தார்கள். கட்டுமரங்கள் மெதுவாக ஆழ்கடலிலிருந்து கரைநோக்கி உடைந்து சிதறிய கண்ணாடிச் சில்லுகளின்மேல் சேதாரமின்றி வழுவி வந்துகொண்டிருந்தது. சில வள்ளங்களை தலைநிமிர்ந்து மீனவர்கள் கடலில் நகர்த்திக்கொண்டிருந்தார்கள்.

ஒரு சிறுவன் மயக்கம் தெளிந்து, “லேய், ராயூ வருதாம் பாரு” என்று கூவியபடி பயந்து கடல் நோக்கி ஓடினான்.

மற்ற சிறுவர்கள் கண்திறப்பதற்குள், ராஜூ அருகில் வந்துவிட்டான். வந்தவன் முகத்திற்கும் ஓடிய சிறுவனின் அலறலுக்கும் எந்தவித சம்பந்தமும் இருக்கவில்லை. ராஜூ சிறுவர்களைப்

பார்த்துப் பல்காட்டிச் சிரித்தான். பல்முழுக்க பச்சை மஞ்சள். ஒரு சிறுவன் வந்தவனை வடக்குப் பக்கம் வந்து உட்காரச் சொல்வதற்குச் சைகையால் மன்றாடினான். சிறுவர்கள் யாரும் வாய்திறக்கவில்லை. கையால் மூக்கைப் பொத்திக்கொண்டார்கள்.

ராஜூ வந்து உட்கார்ந்ததும், கடற்கரையை ஒட்டியிருந்த முத்தம்மாளின் வீட்டின்முன் நின்றிருந்த தென்னைமரத்தில் உட்கார்ந்திருந்த காக்கை ஒன்று கலவரமாகக் கரைந்துவிட்டு ஓலைமாறி உட்கார்ந்தது. ஓலையில் கால்வழுக்கியதால் கரைந்து மீண்டும் ஓலை மாறியது.

வீட்டுத்திண்ணையில் நூல்முடித்துக்கொண்டிருந்த முத்தம்மை, காக்கைச் சத்தம்கேட்டு, 'யாரு, புதிய விருந்து?' என்று வெளியில் வந்து எட்டிப்பார்த்தாள். கடற்காற்று அதற்கேயுரிய வெம்மையோடு மென்மையாக வீசிக்கொண்டிருந்தது. ராஜூவை கண்டதும், வீட்டுமூலையில் வைத்திருந்த அலுமினிய சருவத்தை சும்மாட்டுத் துணியால் துடைத்து வைத்துவிட்டு, நேற்று சந்தையில் யாருக்காகவோ வாங்கிய ஒரு மாங்காயை சருவத்தில் எடுத்துப் போட்டுவிட்டு, கட்டுமரம் கரைக்குப் பக்கத்தில் வருவதை மீண்டும் உறுதி செய்துகொண்டு அது வரும் திசைநோக்கி, சும்மாட்டுத்துணியை சருவத்தில் போட்டுவிட்டு அதை இடுப்பில் அணைத்துக்கொண்டு நடந்தாள்.

ராஜூ கடற்கரையின் எந்தப் பகுதியில் சென்று அமர்ந்திருக்கிறானோ அங்கே ஏதேனும் கட்டுமரம் கரையில் அணைய வருகிறது என்று அர்த்தம். கட்டுமரம் இல்லையென்றால் எங்கும் உட்காரமாட்டன். ஒன்று நடந்துகொண்டேயிருப்பான் அல்லது ஆற்றில் சென்று மீன்பிடிப்பான்.

ராஜூ சட்டைபோட்டு யாரும் பார்த்ததில்லை. கறுத்த மிக மெல்லிய தேகம். உடல் முழுக்க வெள்ளை உப்புப் பொருக்கை பரவியிருந்தது. உடுத்தியிருக்கும் ஒரே லுங்கிதான் எப்போதும் அவனது மீன்போட்டுவைக்கும் கூடை.

ஒரு சிறுவன் லுங்கியின் 'கக்குமடியில்' மீன் இருக்கிறதா என்று சைகையில் கேட்டான். இல்லையென்று கைமலர்த்தி தலையசைத்து சிரித்தபோது ஈறு சிவந்திருந்தது. நேற்றைய மீனின் செதில்கள் லுங்கி முழுக்க ஒட்டியிருந்தது. லுங்கி கறுப்பு மற்றும் மஞ்சளுக்கு இடைப்பட்ட அனைத்து நிறங்களையும் தாங்கி, இனிமேலும் அழுக்கை வாங்கும் திராணி இல்லாமலிருந்தது. கக்குமடியில்

மீனில்லையென்றால் கட்டுமரம் எதுவும் கரைக்கு வரவில்லை என்று அர்த்தம்.

கட்டுமரங்களில் மீன் விற்பனைச் செய்வதற்கு முன் தனக்குப் பிடித்தமான மீனை எடுத்துக்கொள்வான். அனைத்துக் கட்டுமரங்களும் அவனுக்குச் சொந்தமானதல்லவா!

பதின்ம வயது. சிறுவயதில் ராஜூ நன்றாகத்தானிருந்தான். வயது ஏறஏற அவனில் சில மாற்றங்கள். தண்ணீரைக் கண்டால் அவ்வளவு எரிச்சல். ஆனால், மழையில் எவ்வளவு நேரம் வேண்டுமானாலும் நின்றுகொண்டிருப்பான்.

முத்தம்மா சிறுவர்களின் பக்கத்தில் சென்று, "லேய், ராயு" என்றழைத்துவிட்டு சருவத்திலிருந்து மாங்காயை எடுத்துக் காட்டினாள். ராஜூ 'ஓ' வென்று கத்திவிட்டு மாங்காயைத்தேடி எம்பிக் குதித்தான். முத்தம்மை கராறாக, "ஆத்தியம் பல்லுதீட்டு. அப்பந்தான் மாங்காயத் தருவேன்" என்றாள். ஒருநாள் முத்தம்மை ராஜூவின் பின்பக்கமாக வந்து அவனது தலையில் கையில் கொண்டுவந்த தேங்காய் எண்ணையை தேய்த்ததிலிருந்து சிறிது நாட்கள் இந்தப் பக்கம் வராமலிருந்தான்.

ராஜூவும் ஆர்வமாக உட்கார்ந்து, உலர்ந்த மணலை நீவி அதற்கு கீழிருந்த ஈரமான வண்டல் மண்ணை எடுத்து வாயில்போட்டு விரலால் பல்தீட்டினான். சிறிதுநேரத்தில் வாய்முழுக்க சகதியில்லாத வெத்திலைப் பாக்கு. துப்பியபோது சிவப்பு நூல் வழிந்தது. கையால் துடைத்துவிட்டு மாங்காயை வாங்கி அதைச் சாப்பிட்டுக்கொண்டே கட்டுமரம் நோக்கிச் சிறுவர்களுடன் முத்தம்மையைப் பின்தொடர்ந்து சென்றான். வேறு சில வியாபாரிகளும் பெண்களும் அணைந்த கட்டுமரத்தின் பக்கத்தில் கூடினர்.

கட்டுமரத்திலிருந்து விற்பனைக்கு எடுத்துப்போட்ட மீனைச் சுற்றி நின்றிருந்தவர்களைத் தள்ளிவிட்டு மீனைத்தேடி முன்னேறியபோது யாரோ ஒருவர் ஈரமணலை அவனது தலையில் வாரிப்போட்டார். அவனது சத்தத்தின் எதிரொலியில் கூட்டம் சற்று சிதறியது. பயத்தில் ஓடிய சிறுவர்களை விரட்டிக்கொண்டு ஓடினான். சிறுவர்கள் சிறிதுதூரம் ஓடியதும் கடலில் குதித்தார்கள். சிறுவர்களைப் பார்த்துக் கோபத்தில் சத்தம்போட்டவனை கடல் அலை தன்னை தரையில் அறைந்து அவனைத் திருப்பித் திட்டியது. இவனும் விடவில்லை. இருவரும் மாறிமாறி திட்டிக் கொண்டிருந்தார்கள். கோபம் தலைக்கேறிய அலை முடிவில் இவனது லுங்கியை நனைத்து இழுத்தது. இவன் பயத்தில்

கத்திவிட்டு விலகி ஓடினான். கோபத்தின் உச்சியில் கையிலிருந்த மாங்காயை அலையை நோக்கி எறிந்தான். அலை லாவகமாக அதனை வாங்கி அதிலிருந்து ரத்தத்தை உறுஞ்சிவிட்டு கரையில் மிச்சத்தை துப்பிவிட்டுச் சென்றது. ராஜூவின் சுயமரியாதை ஒப்புக் கொள்ளாததனால் மாங்காயை எடுக்க மனமின்றி மீன் விற்பனைச் செய்யும் இடத்தை நோக்கித் திரும்பி நடந்தான்.

கூட்டதை வந்தடைந்தபோது மீன் ஏலத்தில் முத்தம்மைக்கு கட்டுப்படியாகும் விலையில் மொத்த மீனும் கிடைக்கும் சாத்தியக்கூறு அதிகமாக இருந்தது. வந்தவன் கூட்டத்தை விலக்கி, தனக்கான மீனை எடுத்தபோது "ஒருதரம், ரெண்டுதரம், மூணுதரம்" என்று ஏலம் போட்டவர் முத்தம்மை மீன் வாங்கியதற்கான அத்தாட்சியைக் கொடுத்தார்.

ராஜூ எடுத்தது ஒரு பெரிய 'வேளாக்குட்டிக்கார மீன்'. மொத்த விற்பனைத் தொகையில் ஐந்தில் ஒருபங்கு. "ஐயோ எனக்க செல்ல மோன அதத்தா" என்று முத்தம்மை கெஞ்சினாள். ராஜூவுக்கு அலையோடுள்ள கோபம் மூக்கின் நுனியில் இன்னும் கொஞ்சம் மிச்சமிருந்தது. முத்தம்மையும் மற்றும் சிலரும் அந்த மீனை அவனிடமிருந்து பிடுங்க முயன்றபோது, பக்கத்தில் நின்ற முத்தம்மையின் இடது விலாவில் தனது வலது கையால் உதைத்தான். முத்தம்மைக்கு முப்பது வருடம் கழிந்து மீண்டும் பிரசவ வலி. மூச்சுமுட்டி நெஞ்சைப் பிடித்துக்கொண்டு உட்கார்ந்தாள். கடல் அலை தன் சத்தத்தை பயத்தில் அடக்கியது.

முத்தம்மையின் பக்கத்தில் நின்றிருந்த ராஜூ, மீனை அவளிடம் நீட்டியபோது அதை வாங்கிவிட்டு பத்து ரூபாய் கொடுத்தாள்.

கடலிலிருந்து ஒரு இருநூறு மீட்டர் தள்ளி வடக்குப் பக்கம் அனந்த விக்டோரியா மார்த்தாண்டன் கால்வாய் ஓடுகின்றது. இது திருவனந்தபுரத்திற்கும் கன்னியாகுமரிக்கும் இடையில் நீர்வழிப் போக்குவரத்திற்காக பத்தொன்பதாம் நூற்றாண்டின் முடிவில் உருவாக்கப்பட்டது. ஆற்றில் சுலோப்பியா என்று அழைக்கும் திலேப்பியா என்னும் நன்னீர் மீன் அதிகமாகக் கிடைக்கும். முதுகில் முட்கள் வரிசையாக நீட்டிக்கொண்டிருக்கும்.

ராஜூ முத்தம்மாள் கொடுத்த காசில் சில தூண்டில்கள் மற்றும் கங்கூஸ் என்னும் நைலான் ரோளும் வாங்கிக்கொண்டு மிச்சத்தை தன்னுடன் வந்த சிறுவர்களுக்குத் தின்பண்டங்கள் வாங்கிக் கொடுத்துவிட்டு அவர்களையும் கூட்டிக்கொண்டு ஆற்றைநோக்கி

நடந்தான். கையில் ஒரு சிறு பிளாஸ்டிக் பையை எடுத்துவைத்துக் கொண்டான்.

போகும் வழியில் சாயக்கடையின் பின்பக்கத்தில் சாக்கடை நீர் தேங்கியப் பகுதியில் சென்று ஒரு சிறு கம்பினால் தோண்டி நெளியும் மண்புழுவை எடுத்து பையில் போட்டான்.

“லேய், மதி. பெண்ணுங்க குளிச்ச வருததுக்க முன்ன போலாம்” ஒரு சிறுவன் சற்றுத்தள்ளி நின்று ராஜூவிடம் சொன்னான்.

‘ங்...’ என்று இளித்துச் சிரித்துவிட்டு, எழும்பி கையை உதறிவிட்டு ஆற்றை நோக்கி நடந்தான்.

சிறுவர்கள் ஆற்றை வந்தடைந்ததும் ஒரு பெண் கத்தினாள், “லேய், லேய், போங்கல அங்ஙன. ஆத்திலி மீனுபிடிச்ச வருதானுவ. நிங்க அம்மமாரு பெறேஞ்சா?”

திலேப்பியா மீன், பிரசவித்த பெண்களின் பத்திய உணவில் முக்கியமானதெனச் சொல்வதுண்டு.

ராஜூ சிரித்துவிட்டுக் கத்தினான், “நீ... நீ... பெத்...த... ஓ... ஓ...”

மார்புக்குமேல் வரை லுங்கியைத் தூக்கிக்கட்டிய பெண்கள் சிறுவர்களை தாங்கள் குளிக்கும் துறையிலிருந்து விரட்டியடித்தனர்.

சிறுவர்கள், பெண்கள் குளிக்கும் துறைதாண்டி சிறிதுதூரம் நீங்கிச் சென்றனர். பெண்கள் குளிக்கும் பகுதி தாண்டி, ஆறு மிகச் சகதியாக இருந்தது. ஆற்றின் இரண்டு கரையிலும் தென்னைந் தொண்டுகள் பெரிய வலையில் போடப்பட்டு ஊறவைக்கப் பட்டிருந்தது. நன்கு ஊறியபிறகு இதனை அடித்து அதன் நாரை தனியாகப்பிரித்து கயிறாகத் திரிப்பார்கள்.

ஆற்றின் இரு பக்கங்களிலும் தென்னைமரங்கள் நெருக்கமாக ஓங்கி வளர்ந்திருந்தது. சூரிய ஒளிக்கீற்றுகள் தென்னையின் இடைவெளி வழியாக ஊடுருவி வந்தது.

சிறுவர்கள் இருந்த பகுதியில் ஆறு கறுப்பாக ஓடியது. அவர்கள் அங்கே உட்கார்ந்து தூண்டிலை நைலான் ரோளின் நுனியில் கட்டி, தூண்டிலில் மண்புழுவைப் பிய்த்து கோர்த்து ஆற்றில் வீசி மீன்பிடிக்கத் தொடங்கினார்கள். கிடைக்கும் மீன்களை நுனியில் கட்டிட்ட ஈர்க்கிலை மீனின் வாயில் நுழைத்து செவுள்வழியாக கொருத்தெடுத்து மீன்மேல் மீனாக மாலைபோல் ஆக்கிக்கொண்டார்கள். திலேப்பியா மீன் மிகவும் கறுப்பாக வழுவழுப்பாக சேணி நாற்றத்துடன் இருந்தது.

இரண்டு மூன்று மாலை மீன்கள் கிடைத்ததும் சிறுவர்கள் அதனை விற்பதற்காக பக்கத்து ஊர் மீன்கடைக்கு எடுத்துச் செல்வதை சந்தையிலிருந்து திரும்பி, ஆற்றில் குளித்துக்கொண்டிருந்த முத்தம்மை கண்டாள். ராஜூவைக் காணாமல் திரும்பிப் பார்த்தபோது அவன் தனியாக மீன்பிடித்துக்கொண்டிருப்பது தெரிந்தது. வேறு யாரும் அவனுடன் இல்லை.

முத்தம்மாள் குளித்துக் கரையேறியபோது சில தவளைகள் சத்தமிட்டு உயிருக்குப் பயந்து சற்றுத்தள்ளி கரையேறியது.

முத்தம்மாள் துணிமாற்றி சுத்தமாகக் கழுவிய ஒற்றைக்குரிசு வரைந்த சருவத்தை இடுப்பில் வைத்து நடக்கத் துவங்கியபோது ராஜூவின் 'ம்... ம்ம்... மா...' என்ற அலறல் கேட்டுத் திடுக்கிட்டாள். ராஜூ தேள் கொட்டியதுபோல், அலறலிட்டு ஓடினான். ஓடியவேகத்தில் தென்னையில் இடித்து விழுந்துவிட்டு மீண்டும் மீண்டும் எழும்பி உடலை வளைத்து ஓடினான். எம்பிஎம்பிக் குதித்தான். வயிற்றைப் பிடித்துக்கொண்டு மீண்டும் ஓடி, தென்னையில் இடித்துக் கீழே விழுந்து மண்புழுபோல் ஊர்ந்தும் கடைசியில் எழும்பி ஓடச் சக்தியற்று தலையை மண்ணில் புதைத்து உருண்டுகொண்டிருந்தான்.

"எனக்க ஏசுவே, ஏனக்க ஏசுவே" என்று பயத்தில் செய்வதறியாது முத்தம்மாள் முனகிக்கொண்டு பின்னர் வெறிவந்தவளாக, சருவத்தையும் பணத்தையும் தூரவீசிவிட்டு, ராஜூவை நோக்கி ஓடினாள். முந்தானை அவிழஅவிழ அதைப் பிடித்துக்கொண்டு ஓடி ராஜூவின் பக்கத்தில் சென்றபோது அவன் பேச்சில்லாமல் கிடந்தான். தலையிலிருந்தும் வாயிலிருந்தும் ரத்தம் வழிந்துகொண்டிருந்தது. உடல் முழுக்கச் சிராய்ப்பு.

முத்தம்மாள் சுருண்டு அடங்கிய ராஜூவின் தலையை தன் மடியில் தூக்கிவைத்து, வாயில் கையிட்டு எதையோ தேடினாள். அவள் எதிர்பார்த்தது போலவே, திலேப்பியாவின் சில சதைத் துண்டங்கள் இரத்தத்தோடு கையில் வந்தது.